राजर्षी शाहू छत्रपती: पत्रव्यवहार आणि कायदे

संपादक
डॉ. जयसिंगराव भाऊसाहेब पवार

मेहता पब्लिशिंग हाऊस

All rights reserved along with e-books & layout. No part of this publication may be reproduced, stored in a retrieval system or transmitted, in any form or by any means, without the prior written consent of the Publisher and the licence holder. Please contact us at **Mehta Publishing House**, 1941, Madiwale Colony, Sadashiv Peth, Pune 411030. © +91 020-24476924 / 24460313
Email : info@mehtapublishinghouse.com /
production@mehtapublishinghouse.com / sales@mehtapublishinghouse.com
Website : www.mehtapublishinghouse.com

- या पुस्तकातील लेखकाची मते, घटना, वर्णने ही त्या लेखकाची असून त्याच्याशी प्रकाशक सहमत असतीलच असे नाही.

RAJARSHI SHAHU CHATRAPATI : PATRAVAYAHAR ANI KAYADE
by DR.JAYSINGRAO PAWAR

राजर्षी शाहू छत्रपती : पत्रव्यवहार आणि कायदे / संशोधनात्मक

© संपादक : डॉ. जयसिंगराव भाऊसाहेब पवार
'शिवतेज' १०८, साने गुरुजी वसाहत, राधानगरी रोड, कोल्हापूर – ४१६०१२. © (०२३१) २३२२६४२

प्रकाशक : सुनील अनिल मेहता, मेहता पब्लिशिंग हाऊस,
१९४१ सदाशिव पेठ, माडीवाले कॉलनी, पुणे – ३०

मुखपृष्ठ : चंद्रमोहन कुलकर्णी

प्रकाशनकाल : डिसेंबर, २००७ /
मेहता पब्लिशिंग हाऊस यांची सुधारित द्वितीयावृत्ती : मार्च, २०१८

P Book ISBN 9789387789135
E Book ISBN 9789387789142
E Books available on : play.google.com/store/books
www.amazon.in

भारतातील –सामाजिक लोकशाहीचे आधारस्तंभ
महात्मा जोतिराव फुले
आणि
डॉ. बाबासाहेब आंबेडकर
यांना अर्पण!

दोन शब्द

आमच्या महाराष्ट्र इतिहास प्रबोधिनी, कोल्हापूर या संस्थेने सन २००१ साली 'राजर्षी शाहू स्मारक ग्रंथ' तीन खंडात प्रसिद्ध केला होता. त्याच्या तिसऱ्या खंडात राजर्षी शाहू छत्रपत्रींची भाषणे, शाहूकालीन कागदपत्रे (पत्रव्यवहार), शाहू छत्रपतींचे हुकूमनामे व जाहीरनामे आणि शाहू छत्रपतींनी केलेले सामाजिक महत्त्वाचे कायदे असे शाहू-चरित्राचे संकीर्ण साहित्य प्रकाशित झाले होते. या स्मारक-ग्रंथाचे स्वागत महाराष्ट्रात एवढ्या उत्साहाने झाले की, ग्रंथाची आवृत्ती अवघ्या तीन महिन्यांत संपली आणि त्याची मागणी त्यानंतर सतत होतच राहिली. या ग्रंथाच्या दुसऱ्या आवृत्तीसाठी बरीच मोठी आर्थिक तरतूद लागत असल्याने ग्रंथाच्या पुनर्प्रकाशनाचे काम लांबणीवर पडले आहे.

दरम्यान, ग्रंथातील काही भाग, विशेषत: शाहू-चरित्राचे साहित्य, पृथक-पृथक स्वरूपात तरी प्रकाशित करावे, अशी सूचना आमच्या शाहूप्रेमी मित्रांनी केली आणि ती जबाबदारी आमचे प्रकाशकमित्र श्री. श्रेणिक अन्नदाते यांनी स्वीकारली. त्यानुसार प्रस्तुतचे 'राजर्षी शाहू छत्रपती : पत्रव्यवहार आणि कायदे' हे पुस्तक सादर होत आहे. पहिल्या विभागात पत्रव्यवहार व दुसऱ्या विभागात कायदे समाविष्ट केले आहेत.

शाहू छत्रपतींच्या या पत्रव्यवहार-संग्रहाची सुरुवातच त्यांच्या सन १८८४ च्या दत्तक-विधानाच्या निमंत्रण-पत्रिकेपासून होते आहे. महाराजांच्या आजीच्या नावे ही पत्रिका काढलेली आहे. दुसरेच पत्र कोल्हापूर दरबारचे एक मानकरी व राजघराण्याचे खास विश्वासू म्हणून ज्यांची महाराजांचे पालक म्हणून नेमणूक झाली होती; त्या बुवासाहेब इंगळे यांना महाराजांचे शिक्षक फ्रेझर यांनी लिहिलेले आहे. अशा सर्व पत्रांचा परामर्श इथे घेता येणार नाही. पण, काही निवडक महत्त्वाच्या पत्रांचा निर्देश करणे आवश्यक आहे. त्यांमध्ये कोल्हापूर संस्थानाचे चीफ इंजिनिअर

पाच

दाजीराव विचारे यांना लिहिलेले राधानगरी धरणाच्या बांधकामाविषयीचे पत्र, महाराजांचे घनिष्ठ मित्र रघुपती पंडित यांना लिहिलेले शाहू-मिलच्या उभारणीविषयीचे पत्र, मराठा समाजातील महाराष्ट्रातील पहिल्या स्त्री-डॉक्टर कृष्णाबाई केळवकरांना लिहिलेले त्यांच्या गुणांचे कौतुक करणारे पत्र, थोर सत्यशोधक जेते अण्णासाहेब लठ्ठे यांना लिहिलेले माफीपत्र, लो. टिळकांचे चिरंजीव श्रीधरपंत यांना लोकमान्यांच्या प्रकृतीविषयी लिहिलेले पत्र, राजस्नुषा इंदुमती राणीसाहेब यांना लिहिलेले उपदेशवजा पत्र अशी काही मोजकीच परंतु महत्त्वाची पत्रे या संग्रहात समाविष्ट केली आहेत. या पत्रांतून महाराजांच्या व्यक्तिमत्त्वाचे अनेक विलोभनीय पैलू प्रकाशमान होतात. विशेषतः लठ्ठ्यांना व श्रीधरपंताना महाराजांनी लिहिलेली पत्रे या संदर्भात लक्षणीय आहेत.

या संग्रहात सामाजिकदृष्ट्या महत्त्वाची कागदपत्रेही आलेली आहेत. त्यांमध्ये कोल्हापूर संस्थानचे धर्माधिकारी गुंडोपंत पिशवीकर यांनी शाहू महाराजांना इंदोरहून लिहिलेले धनगर-मराठा विवाहासंबंधीचे पत्र महत्त्वाचे आहे. जातिभेदाचे निर्मूलन करण्याचा प्रभावी मार्ग म्हणजे आंतरजातीय विवाह होय, असा महाराजांचा ठाम विश्वास होता. त्याची प्रत्यक्ष अंमलबजावणी ते करू पाहत होते. त्यासाठी त्यांनी कोल्हापूर-इंदोर दरम्यान १०० आंतरजातीय विवाहांची योजना आखली होती; त्या संदर्भातील हे पत्र आहे.

शाहू महाराजांनी महारांना पिढ्यान्‌पिढ्या सामाजिक गुलामगिरीत बांधून ठेवणारे 'महार वतन' आपल्या राज्यात खालसा केले. या संदर्भात तीन पत्रे प्रस्तुत संग्रहात आलेली आहेत. त्यापैकी पहिल्या पत्रात महाराजांनी करवीर कसब्यातील निवडक १६ महार लोकांना महार वतनातून मुक्त करून त्यांची सरकारी नोकरीवर नियुक्ती केली. या नोकरांनी महाराजांसह राजघराण्यातील सर्व व्यक्तींकडे सेवा करावयाची होती; एवढेच नव्हे तर जरूर पडल्यास त्यांनी श्री महालक्ष्मी करवीर-निवासिनीकडेही नोकरी करावयाची होती!

या संदर्भातील दुसरा कागद कोल्हापूर संस्थानातील कानडेवाडी गावच्या समस्त महार समाजाने आपले 'महार वतन' खालसा व्हावे म्हणून महाराजांकडे केलेला अर्ज आहे. त्यामध्ये महार-वतनासबंधीचे महार समाजाचे व महाराजांचे विचार व्यक्त झालेले आहेत. तिसरा कागद म्हणजे खुद्द 'महार वतन' बरखास्तीचा महाराजांचा हुकूम आहे.

ॲडम नावाच्या इंग्रज अधिकाऱ्यास महाराजांनी लिहिलेल्या पत्रात त्यांची सत्यशोधक जलशाबाबतची भूमिका स्पष्ट नमूद केली आहे. त्यात त्यांनी म्हटले आहे की, या जलशांशी आपला काहीही संबंध नसला, तरी सत्यशोधक समाजाच्या तत्त्वाचे आपण चाहते आहोत आणि या तत्त्वांचा सर्वत्र प्रसार व्हावा, असे आपणास वाटते.

सहा

या पत्रव्यवहाराचा सर्वांत महत्त्वाचा भाग म्हणजे शाहू महाराज व डॉ. आंबेडकर यांनी एकमेकांस पाठविलेली पत्रे. त्यांतील १३ जून १९२० चे पत्र महाराजांची जन्मतारीख ठरविण्याच्या संदर्भात फार उपयोगी ठरले आहे. त्यामध्ये डॉ. आंबेडकरांनी २६ जून हा महाराजांचा वाढदिवस म्हणून निर्देशित केलेला आहे. डॉ. आंबेडकरांच्या लंडनहून पाठविलेल्या दुसऱ्या एका पत्रात महाराजांचा 'भारतात येऊ घातलेल्या सामाजिक लोकशाही चळवळीचे आधारस्तंभ' (Pillar of Social Democracy) म्हणून गौरव केलेला आढळतो. डॉ. बाबासाहेबांचे हे शब्द आता इतिहास-प्रसिद्ध उद्‌गार बनलेले आहेत. एवढ्या मोजक्या शब्दांत शाहू महाराजांच्या युगकार्याचे वर्णन आजवर अन्य कोणीही करू शकलेला नाही!

सन १९२० च्या सुमारास महाराजांनी डॉ. आंबेडकराना पाठविलेले पत्र अनेक दृष्टींनी लक्षात घेण्यासारखे आहे. या पत्राची सुरुवातच 'रा. लोकमान्य आंबेडकर' अशी केली गेली आहे. डॉ. बाबासाहेबांना अशी पदवी लावण्यामागे ते हिंदुस्थानातील समस्त अस्पृश्य वर्गाचेच नव्हे, तर समस्त मागासवर्गीय समाजाचे 'लोकमान्य' पुढारी होतील, असा आशावाद महाराजांनी व्यक्त केला आहे!

महाराजांच्या निधनानंतर शोक व्यक्त करताना डॉ. आंबेडकरांनी त्यांचा 'दलित समाजाचे महान हितचिंतक व कैवारी' म्हणून यथार्थपणे गौरव केलेला आढळतो.

पुस्तकाच्या दुसऱ्या विभागात शाहू महाराजांनी आपल्या संस्थानात अमलात आणलेले व सामाजिकदृष्ट्या महत्त्वाचे असले पाच कायदे एकत्रित दिले आहेत. त्यांपैकी पहिला कायदा आहे, 'सक्तीच्या मोफत प्राथमिक शिक्षणाचा कायदा.' शिक्षणाशिवाय अज्ञ बहुजन समाजास तरणोपाय नाही, हे पुरते ध्यानी घेऊन सन १९१७ साली आपल्या संस्थानातील मुलांसाठी हा कायदा अमलात आणला. या कायद्यान्वये जे आई-बाप आपल्या मुलास शाळेत पाठविणार नाहीत, त्यांनी तालुक्याच्या मामलेदाराकडे दर मुलामागे दर महिन्याला एक रुपया याप्रमाणे दंड द्यावा लावणार होता.

याशिवाय, शाहू महाराजांचे इतर चार कायदे व्यक्तिस्वातंत्र्य व सामाजिक न्याय या तत्त्वांवर आधारित अशा नव्या समाजरचनेचे फायदे स्त्री-पुरुषांना खुले करणारे होते. यांतील पहिला कायदा होता आंतरजातीय व आंतरधर्मीय विवाहास व नोंदणी पद्धतीस मान्यता देणारा कायदा. या कायद्यापूर्वी संस्थानातील व्यक्तीस परजातीच्या किंवा परधर्माच्या व्यक्तीशी विवाह करता येत नव्हता; असा विवाह व त्यापासून झालेली संतती ही बेकायदेशीर मानली जात होती. आता या कायद्याने असे विवाह व त्यापासून होणारी संतती कायदेशीर मानली जाऊ लावली. १९१८ साली मध्यवर्ती कायदेमंडळात आंतरजातीय विवाहास मान्यता देणाऱ्या 'पटेल बिला'ला लो. टिळक, शंकराचार्य डॉ. कुर्तकोटी, पं. मदनमोहन मालवीय

यांसारख्या हिंदुत्ववाद्यांच्या बड्या-बड्या पुढाऱ्यांनी प्रचंड विरोध दाखविला होता. त्या पार्श्वभूमीवर महाराजांनी आपल्या संस्थानात केलेला कायदा म्हणजे सामाजिकदृष्ट्या क्रांतिकारी पाऊल होते.

या कायद्यान्वये विवाहप्रसंगी वराचे वय कमीत कमी १८ वर्षे व वधूचे वय कमीत कमी १४ वर्षे असायला हवे, असे बंधन घातले गेले होते. ब्रिटिशांच्या मुलखातील कायद्यांत वधूचे वय कमीत कमी १२ वर्षे एवढे कमी होते. त्यादृष्टीने विचार करता कोल्हापूरचा कायदा दोन पावले पुढे होता. या कायद्याचे आणखी एक वैशिष्ट्य म्हणजे जर वधूस १८ वर्षे पूर्ण झाली असतील, तर तिला तिच्या निवडीच्या वराशी पालकाच्या संमतीशिवाय विवाह करता येणार होता. स्त्री-पुरुष समानतेचा पुरस्कार करणाऱ्या या क्रांतिकारी कलमाकडे अभ्यासकांचे जावे तेवढे लक्ष गेले नाही.

काडीमोड अथवा घटस्फोट कायद्याची उद्दिष्टे सांगताना म्हटले आहे की, विविध जातिधर्मात काडीमोड पद्धतीत असलेली ढिलाई नाहीशी करून 'नवरा-बायको यांमधील भौतिक संबंध' कायद्याने सुरक्षित राखणे व समाजाचा नैतिक पाया मजबूत ठेवणे, हा या कायद्यामागचा हेतू आहे. या कायद्याचे वैशिष्ट्य म्हणजे ज्या समाजात जातपंचायतीची वैवाहिक संबंधाच्या बाबतीत जबरदस्त पकड होती, त्या समाजातील स्त्री-पुरुषांची जातपंचायतीच्या कचाट्यातून मुक्तता केली गेली.

स्त्री-पुरुष समता आणि स्त्रीचे स्वातंत्र्य व अधिकार या संदर्भातील महाराजांचा सर्वांत महत्त्वाचा कायदा म्हणजे स्त्रियांवर होणाऱ्या अत्याचारास प्रतिबंध करणारा कायदा. या कायद्याचे नावच 'स्त्रियांना क्रूरपणे वागविण्याचे बंद करण्याबद्दलचे नियम' असे असून, या कायद्याचा उद्देश स्पष्ट करताना महाराजांनी म्हटले आहे –

''स्त्रियासंबंधी क्रूरपणाच्या वागणुकीचे कित्येक प्रकार असे आहेत की, ते अपराध या शब्दाखाली येऊ शकत नाहीत आणि इंडियन पिनल कोडचा अंमल त्यावर चालत नाही. मात्र, ते प्रकार केव्हा-केव्हा इतके दुष्ट प्रतीचे असतात की, त्यामुळे स्त्रीजातीला आपला जन्म कंटाळवाणा व भूभार आहे असे वाटते. या गोष्टी लक्षात घेऊन 'क्रूरपणाची वागणूक' या शब्दाची व्याख्या आम्ही अशी तयार केलेली आहे की, त्यातून कोणत्याही प्रकारची वाईट वागणूक सुटून जाता कामा नये.''

कायद्याच्या संहितेच्या शेवटी महाराज म्हणतात– ''या कायद्याने नवरा-बायकोसंबंधीच फक्त क्रूरपणाचे वागणुकीचा विचार केलेला आहे असे नाही; तर हे नियम असे केले आहेत की, स्त्रीजातीचा कोणत्याही प्रसंगी जुलूम होत असला तरी त्यावर विचार या कायद्याने करण्यात यावा.''

आठ

स्त्रियांच्या छळवणुकीस प्रतिबंध करणारा व अपराध्यांना शिक्षा करणारा खास स्वतंत्र कायदा आपणास सुधारलेले व आधुनिक राज्यकर्ते म्हणवून घेणाऱ्या ब्रिटिशांनीही केलेला नव्हता. याचा अर्थ शाहू छत्रपतींचा हा कायदा देशातील अशा स्वरूपाचा पहिला कायदा होता. काही समाजशास्त्रज्ञांच्या मते अशा स्वरूपाचा हा जगातील पहिला कायदा होता. या संदर्भात तज्ज्ञ मंडळींनी आपला अभिप्राय आम्हास कळविला, तर महाराजांच्या क्रांतिकारी कार्याचे अचूक मूल्यमापन करावयास मदतच होणार आहे.

महाराजांचा शेवटचा कायदाही समाजात समता व सामाजिक न्याय प्रस्थापित करणारा आहे. या कायद्यान्वये समाजात ज्यांच्या नशिबी हेटाळणी आलेली असते आणि ज्यांना आपल्या पित्याच्या संपत्तीमधील वारसा मिळू शकत नव्हता, अशा अनौरस संततीला त्याच्या पित्याच्या मालमत्तेत वारसा दिला गेला. या कायद्याच्या दुसऱ्या भागाने समाजातील अगदी कनिष्ठ स्तरावर असणाऱ्या जोगतिणी किंवा देवदासी स्त्रियांच्या उद्धाराचा विचार केला आहे.

काही वेळा असे वाटते की, राजर्षी शाहू छत्रपती म्हणजे साधुत्वाचे गुण असलेले महापुरुष होते. तसे ते नसते, तर त्यांनी आपल्या राज्यातील फासेपारधी, माकडवाले यांच्यापासून ते अनौरस संतती व देवदासीपर्यंतच्या पददलितांच्या उद्धाराचा विचारच त्यांच्यासारख्या राजप्रासादात राजैश्वर्याचा उपभोग येऊ शकणाऱ्या संस्थानिकाच्या मनात येऊ शकला नसता! असो.

मूळ स्मारक ग्रंथात सन १९२० चे महाराजांचे डॉ. आंबेडकरांना लिहिलेले पत्र अपूर्णच होते. आता आमचे मित्र व आंबेडकर-चरित्र साहित्याचे अभ्यासक श्री. विजय सुरवाडे यांनी ते पूर्ण पत्र उपलब्ध करून दिले आहे. त्यामुळे एवढे महत्त्वाचे पत्र संपूर्ण देता आले, त्याबद्दल श्री. सुरवाडे यांचे खास आभार! मूळ पत्र भाई अमरसिंगकृत 'अस्पृश्यांच्या चळवळीतील सावळा-गोंधळ' या पुस्तकात प्रसिद्ध झालेले होते.

काही पत्रव्यवहार इंग्रजीत आहे. त्याचा मराठी अनुवाद पत्राच्या खालीच दिलेला आहे. महत्त्वाचा वाटणारा मजकूर जाड ठशात दिलेला आहे.

कोल्हापूर   **— डॉ. जयसिंगराव पवार**
दि. १ जून २००६

अनुक्रमणिका

विभाग एक : राजर्षी शाहू छत्रपती : पत्रव्यवहार
महाराजांच्या दत्तक-विधानाची निमंत्रणपत्रिका / २
बुवासाहेब इंगळे यांचा फ्रेझरकडून गौरव / ३
जिवाजीराव सावंत यांचे भाषण / ५
व्हिक्टोरिया मराठा बोर्डिंगची पायाभरणी / ८
आक्कासाहेब महाराजांच्या विवाहाची निमंत्रणपत्रिका / १०
पंचम जॉर्ज बादशहाच्या राज्यारोहण - प्रसंगीचा दरबार / ११
महाराजांचे दाजीराव विचारे यांना पत्र / १४
जी.सी.आय.ई. पदवीसंदर्भात विचारे यांना पत्र / १५
महाराजांचे मि. जाधव यांना पत्र / १६
शाहू-मिलची उभारणी - पंडित महाराजांना पत्र / १७
प्रिन्स शिवाजी यांच्या विवाहाची निमंत्रणपत्रिका / १८
युवराज राजाराम यांच्या विवाहाची निमंत्रणपत्रिका / १९
मराठा-धनगर विवाह-योजना : पिशवीकरांचे पत्र / २०
महाराजांचे डॉ. कृष्णाबाई केळवकर यांना पत्र / २३
कोल्हटकरांच्या 'संदेश'ला अर्थसाहाय्य / २६
माणगाव परिषदेचा 'मूकनायक' मधील वृत्तान्त / २७
महार वतन : महाराजांचे आज्ञापत्र / ३४
'मूकनायक'चा स्पेशल अंक : डॉ. आंबेडकरांचे पत्र / ३७
महाराजांचे डॉ. आंबेडकरांना पत्र / ३८
लोकमान्यांवर खटला : डॉ. आंबेडकरांना पत्र / ४०

शाहूराजांचे आगळे दर्शन : लठ्यांना पत्र / ४१

लठ्यांचे महाराजांना पत्र / ४३

महाराजांचे डॉ. आंबेडकरांना पत्र / ४५

महाराजांचे श्रीधरपंत टिळकांना पत्र / ४८

महाराजांचे मि. ऑर्डॅम यांना पत्र / ४९

महाराजांचे बाळा पाटलांस पत्र / ५५

महाराजांचे इंदुमती राणीसाहेबांस पत्र / ५६

डॉ. आंबेडकरांचे महाराजांना पत्र / ५७

महार वतने खालसासंबंधी विनंती अर्ज / ६२

महार वतने खालसा करणारा महाराजांचा हुकूम / ६४

डॉ. आंबेडकरांचे महाराजांना पत्र / ६५

डॉ. आंबेडकरांचा दुखवट्याचा संदेश / ६८

महाराजांचे हिंदुस्थानातील पहिले स्मारक / ६९

विभाग दोन : राजर्षी शाहू छत्रपती : सामाजिक कायदे

सक्तीचा प्राथमिक शिक्षणाचा कायदा / ७६

आंतरजातीय व आंतरधर्मीय विवाहास

व नोंदणी पद्धतीस मान्यता देणारा कायदा / ८४

स्त्रियांच्या छळवणुकीस प्रतिबंध करणारा कायदा / ९४

विविध जातिधर्मीयांसाठी कोल्हापूरचा काडीमोड कायदा / १०१

अनौरस संतती व जोगतिणी यांच्याविषयीचा कायदा / ११०

व्यक्तिनाम सूची / ११८

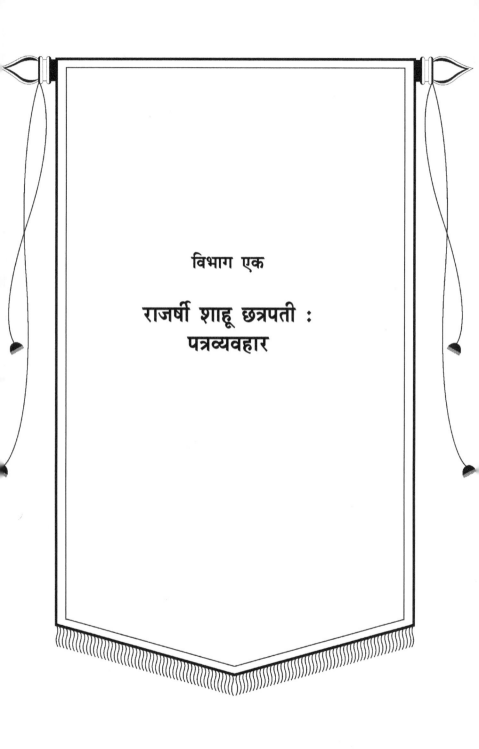

विभाग एक

राजर्षी शाहू छत्रपती :
पत्रव्यवहार

ॡ १ ॡ

शाहू महाराजांच्या दत्तकविधानाची निमंत्रणपत्रिका

१ मार्च १८८४

शाहू महाराज १७ मार्च १८८४ रोजी कागलच्या घाटगे घराण्यातून कोल्हापूरच्या छत्रपती घराण्यात दत्तक आले. चौथ्या शिवाजी महाराजांच्या राणी आनंदीबाईसाहेब यांनी त्यांना दत्तक घेतले. राजाराम महाराजांच्या राणी सकवारबाईसाहेब (शाहू महाराजांच्या आजी) यांनी या दत्तकविधान कार्यक्रमाची निमंत्रणपत्रिका छत्रपतींच्या गुरू घराण्यातील मुख्य रामचंद्र पंडित ऊर्फ बाबा महाराज यांना पाठविली. हा ऐतिहासिक महत्त्वाचा अस्सल दस्तऐवज गुरू महाराज घराण्यातील कागदपत्रांत मिळाला. तो आम्ही पुढे देत आहोत.

श्री

बाबा महाराज

श्री यांचे शेवेशी सकवारबाईसाहेब चरणावर मस्तक ठेऊन कृतानेक विज्ञापना ता छ. २ माहे जमावल शके १८०५ परयंत[१] सकल वृत्त यथास्थित असे. विशेष इकडील दौलतीचे गादीस राजश्री जयसिंगराव घाटगे सर्ज्याराव वजारतमाब यांचे पुत्र यशवेंतराव यांसी फालगुन वद्य पंचमी इंदुवारी[२] विधानपूर्वक दत्तक घेणेचा निश्चय होऊन दत्तकाचे समारंभास येणेस्तव आमंत्रणाकरिता राजश्री रामचंद्र नारायण कारकून यासी पाठविले आहेत. तरी येणे व्हावे. शेवेसी श्रुत होय हे विज्ञापना.

पा मि ॥ फालगुन श्रु ॥ शके १८०५[३].

अलाहिदा पत्राचे उत्तर दिल्हेची नकल चिठी आहे.

(गुरू महाराज संग्रह)

२

फ्रेझर यांच्याकडून शाहू महाराजांचे पालक बुवासाहेब इंगळे यांचा गौरव

१३ एप्रिल १८९४

राज्यारोहणपूर्व कालखंडात शाहू महाराजांच्या शिक्षणाची खास व्यवस्था फ्रेझर या कर्तव्यदक्ष इंग्रज सनदी अधिकाऱ्याच्या मार्गदर्शनाखाली करण्यात आली होती. फ्रेझर यांच्या सोबत करवीर दरबारने व्यंकटराव ऊर्फ बुवासाहेब इंगळे या संस्थानामधील सरदाराची 'मानकरी' म्हणून नेमणूक केली होती. खरे म्हणजे फ्रेझरप्रमाणेच बुवासाहेबही महाराजांचे एक पालकच होते. त्यांनी त्यांच्यावर सोपवलेली राजाच्या पालकत्वाची जबाबदारी निष्ठेने पार पाडली. शिक्षणाचा काल संपुष्टात आल्यावर कोल्हापूरचा निरोप घेतेसमयी फ्रेझरांनी बुवासाहेबांना लिहिलेल्या या पत्रात त्यांच्या उत्कृष्ट कामगिरीचा मुक्तकंठाने गौरव केलेला आढळतो. या पत्राने शाहूकालीन एका गुणवंत व निष्ठावान व्यक्तीच्या कार्याचा परिचय अभ्यासकांना प्रथमच होत आहे.

---

१. १ मार्च १८८४ : निमंत्रणपत्रिकेची तारीख
२. १७ मार्च १८८४ : दत्तकविधानाची तारीख
३. ७ मार्च १८८४ : निमंत्रणपत्रिका पोहोचल्याची तारीख

Kolhapur,
April 13th, 1894

My dear Buwa Saheb,

As I am now leaving Kolhapur, I should like to send you a line to say a word about your services with H.H. the Rajah. *During the five years His Highness has been under my charge, you have been continuousely present with him, at Dharwad, at Kolhapur, and during our tours in India and Ceylon, in the capacity of Mankari, and owing to your uprightness, purity of life and example, and mainly simplicity, I have always felt that I should entrust the young Maharajah and his brother with confidence to your companionship.* As a first-rate sportsman, whether in saddle, with gun or rifle, your presence has been particularly valuable, as when unable to accompany the boys myself, I felt I would always leave them safely to your care. We have had many pleasent days sports together and I hope we may have more hereafter, and in bidding you good-bye now I can assure you of my best wishes for your future prosperity.

Yours sincerely,
S. M. FRASER
I.C.S.

To,
Venkatrao (Buwa Saheb) Ingle.

(मराठी अनुवाद)

कोल्हापूर,
१३ एप्रिल, १८९४

प्रिय बुवासाहेब,

मी आता कोल्हापूरचा निरोप घेत असताना, शाहू महाराजांच्या प्रति आपण केलेल्या सेवेचा गौरव करण्यासाठी मी आपणास लिहीत आहे.

गेल्या पाच वर्षांच्या काळात, महाराज माझ्या देखरेखीखाली असताना, आपण

सातत्याने त्यांच्याबरोबर धारवाड, कोल्हापूर येथे, तसेच त्यांच्या भारत व सिलोन येथील प्रवासात त्यांचे दरबारी मानकरी म्हणून होता. आपल्या व्यक्तिमत्त्वामधील सचोटी, सात्त्विकता आणि मुख्यत्वेकरून साधेपणा या गुणांमुळे मला नेहमीच असे वाटत आले आहे की, महाराज व त्यांचे बंधू यांना मी आपल्याकडे विश्वासाने सुपूर्द करू शकतो. एक प्रथम दर्जाचा खेळाडू म्हणून मग ती घोडसवारी असो वा बंदुकीची निशाणबाजी असो आपले त्यांच्या बरोबर असणे नेहमीच महत्त्वाचे ठरले आहे. म्हणून माझ्या अनुपस्थितीतही महाराजांना व त्यांच्या सहाध्यायांना मी आपल्या हाती सुरक्षितपणे सोपवू शकतो, असे मला वाटत आले. आपण दोघांनी अनेक चांगले दिवस खेळांमध्ये व्यतीत केले आहेत आणि पुढेही तसे करू अशी आशा आहे. आता आपला निरोप घेत असता आपल्या भावी आयुष्याबद्दल मी आपणास शुभेच्छा देत आहे.

आपला

एस. एम. फ्रेझर

आय.सी.एस.

प्रति,

व्यंकटराव (बुवासाहेब) इंगळे

(श्री. विजयसिंह हणमंतराव इंगळे संग्रह)

३

व्हिक्टोरिया मराठा बोर्डिंगच्या स्थापनेच्या प्रसंगी संस्थेचे एक संस्थापक जिवाजीराव सावंत यांनी केलेले ऐतिहासिक भाषण

१८ एप्रिल १९०१

१८ एप्रिल १९०१ रोजी कोल्हापुरात 'मराठा एज्युकेशन सोसायटी'च्या व्हिक्टोरिया मराठा बोर्डिंग (व्हिक्टोरिया मराठा स्टुडंट्स इन्स्टिट्यूशन) या वसतिगृह मालिकेतील पहिल्या वसतिगृहाची स्थापना झाली. बापूसाहेब महाराज, दाजीराव विचारे, बाबासाहेब (मामासाहेब) खानविलकर, भास्करराव जाधव, आप्पासाहेब म्हैसाळकर, जिवाजीराव सावंत इत्यादी मराठा समाजाविषयी तळमळ असणाऱ्या प्रमुख व्यक्तींनी एकत्र येऊन या दिवशी संस्थेची स्थापना केली. त्या प्रसंगी जिवाजीराव सावंत यांनी केलेले हे ऐतिहासिक महत्त्वाचे भाषण. या भाषणातून तत्कालीन उच्चविद्याविभूषित अशा मराठा पुढाऱ्यांच्या मनात आपल्या समाजाच्या

राजर्षी शाहू छत्रपती : पत्रव्यवहार आणि कायदे । ५

मागासलेपणाविषयी कोणत्या विचारांची खळबळ चालू होती, याचे उत्तम दिग्दर्शन घडते. तसेच या सर्व वसतिगृह उपक्रमांच्या मागे शाहू महाराजांची प्रेरणा कशी सक्रिय होती, हेही स्पष्टपणे जाणवते.

कोणत्याही देशाचा उत्कर्ष होण्यास त्यात राहणाऱ्या सर्व वर्गांच्या लोकांची सामाजिक, नैतिक व धार्मिक स्थिती ही एकाच प्रकारची असावी लागते. कोणत्याही देशाला राष्ट्र ही संज्ञा प्राप्त होण्यास त्या देशातील लोकांचा धर्म, भाषा व ऐतिहासिक संबंध हे एक प्रकारचेच असावे लागतात. या गोष्टींशिवाय देशाभिमान कधीही जागृत राहत नाही. या बाबतीत आमच्या देशाच्या स्थितीचा विचार केला म्हणजे मन फार उद्विग्न होते. पूर्वी कर्म व स्वभाव यावरून केलेल्या चार वर्णांपासून सांप्रत हजारो पोटजाती निर्माण झाल्या आहेत. आर्य धर्माच्या पोटशाखा व पोटभाषा झाल्या आहेत. आज या देशात राहणारे लोक सर्व प्रकारच्या भिन्न-भिन्न स्थितीत आहेत. या पोटवर्गांपैकी मराठा जातीची पूर्वी काय स्थिती होती व आज काय आहे, याचा विचार करण्यासाठी आज सभा भरली आहे.

गेल्या तीन शतकांत महाराष्ट्रावरच काय किंबहुना सर्व हिंदुस्थानांवरही मराठे लोकांनी फारच उपकार केले आहेत. श्रीशिवछत्रपतींच्या वेळी मराठे लोक फार चांगल्या भरभराटीस आले होते, ही गोष्ट सर्वांना माहीत आहेच. परंतु, साताऱ्च्या शाहू महाराजांच्या कारकिर्दीनंतर मराठे लोकांचे पाऊल मागे पडत चालले. ते आजवर एकसारखे मागे पडत चालले आहे. त्यामुळे त्या जातीचे लोक फार निकृष्ट दशेस आले आहेत, असे म्हटल्यावाचून राहवत नाही.

ही निकृष्ट स्थिती सुधारण्याची व मराठे लोकांना चांगल्या स्थितीला आणण्याची जबाबदारी जे कोणी समंजस व सुशिक्षित असतात त्यांच्या शिरावर आहे, असे मला वाटते. ही निकृष्ट स्थिती सुधारण्यास व मराठे लोकांना राष्ट्राचा एक महत्त्वाचा अवयव बनविण्यास पहिला सुलभ उपाय म्हटला म्हणजे या जातीतील लोकांस सुशिक्षण देणे हा होय.

आमच्या लोकांत विद्येचे पाऊल फार मागे आहे. ते पाऊल पुढे सारण्यास आम्ही मनापासून खटपट केली पाहिजे. आमच्या लोकांची स्थिती गरिबीची म्हणून शेकडो हुशार व होतकरू मराठ्यांची मुले विद्येच्या कामी पुढे सरसावत नाहीत. म्हणून खरोखर गरीब व होतकरू अशा मुलांच्या शिक्षणासाठी आम्ही काहीतरी केले पाहिजे.

अशा प्रकारच्या संस्था कोठेही निघाल्या म्हणजे त्यापासून जातिमत्सर वाढतो, असा कित्येक लोकांकडून आक्षेप घेण्यात येतो. परंतु, या आक्षेपात काही अर्थ नाही. कोणत्याही लोकांत शिक्षणाचा प्रसार झाला, तर त्या शिक्षणापासून होणारे फायदे त्या लोकांस मिळालेच पाहिजेत व ते मिळू लागले म्हणजे त्या लोकांस

आपली खरी स्थिती कळून ते इतर लोकांशी जास्त सलोख्याने वागू लागतील. हे हेतू मनात धरून प्रत्येक जातीने आपापली स्थिती सुधारणे म्हणजे परस्पर जातींमध्ये स्नेहवृद्धी करणे व देशाचे कल्याण करणे होय.

हाच उद्देश मनात धरून निरनिराळ्या जातींतील लोकांनी आपापली स्थिती सुधारणेचे प्रयत्न सुरू केले आहेत. निरनिराळ्या जातींत विद्यावृद्धी फंड स्थापन झाले आहेत. उदा., कायस्थ प्रभू मंडळींचे बडोदे व ठाणे येथील विद्यावृद्धी फंड, कुडाळ देशस्थ गौडब्राह्मण मंडळींचा बडोदे येथील विद्यावृद्धी फंड, मुसलमान लोकांसाठी मुंबईत निघालेली अंजुमान इस्लाम नावाची संस्था, खानबहादूर काजी शहाबुद्दीन यांनी विद्येच्या कामी सरकारास दिलेली एक लाख रुपयांची देणगी इ.इ.

कोणत्याही देशाच्या कल्याणास शिक्षणाची जरुरी किती आहे, ही गोष्ट युरोप खंड व हिंदुस्थान देश यातील शिक्षण पद्धतीचा विचार केला म्हणजे कळून येईल. युरोपातील इंग्लंड, फ्रान्स, जर्मनी वगैरे राष्ट्रांतील सर्व प्रजेस निदान प्राथमिक शिक्षणतरी सक्तीचे देण्यात येते. गरीब लोकांचे मुलास सरकारच्या खर्चाने शिक्षण दिले जाते. या देशांतील गिरणीतील मजूरही वर्तमानपत्रे वाचतात. मी युरोप खंडात असताना अशा मजुरांस वर्तमानपत्रे वाचताना पाहिले म्हणजे हिंदुस्थानात अशी स्थिती आली म्हणजे हिंदुस्थान देश राष्ट्रपदास पोहोचेल, असे विचार माझ्या मनात घोळत असत.

मराठा जातीत शिक्षणवृद्धी व्हावी, काही उपाय करावेत, असे विचार रा. सा. बाळासाहेब गायकवाड, विचारे वगैरे मंडळींच्या मनात बरेच दिवसांपासून घोळत होते. त्याला श्री. बापूसाहेब घाटगे, श्री. बाबासाहेब खानविलकर वगैरे मंडळींचे अनुमोदन मिळाले. त्यावरून कोल्हापूर येथे मराठा मंडळीत शिक्षण प्रसार करणारी अशी एक संस्था काढावी, असा विचार ठरला. म्हणून अशी संस्था येथे स्थापन व्हावी, अशी मी सूचना करत आहे. या संस्थेचे नाव 'मराठा एज्युकेशन सोसायटी' असे असावे. या सोसायटीने प्रारंभी मराठ्यांसाठी बोर्डिंग हाऊस स्थापावे, अशीही मी सूचना करतो. या बोर्डिंगला 'व्हिक्टोरिया मराठा स्टुडंट्स इन्स्टिट्यूशन' हे नाव द्यावे.

ही संस्था चांगली चालविणे म्हणजे मराठा जातीचे सर्व प्रकारचे कल्याण करणे होय. श्री छत्रपती महाराज यांचा सर्व जातींमध्ये विद्याप्रसार करवून परस्पर स्नेह व प्रीती वाढविण्याचा हेतू पाहूनच आमच्याकडून चळवळ व खटपट होण्यास आमच्या बुद्धीस प्रेरणा झाली, हे सांगण्यास मला फार आनंद वाटतो. या श्री महाराज सरकारांच्या हेतूबद्दल मीच काय पण महाराष्ट्रात किंबहुना सर्व हिंदुस्थानात कोठेही राहणारा व मराठ्यांचे रक्त अंगात खेळत असणारा मनुष्य श्रीमंत महाराज सरकारांचा फार-फार आभारी होईल.

आपल्यास वरील केलेल्या सूचनेस श्री महाराज सरकार यांजकडून अनुमती मिळेल, अशी मला पूर्ण आशा आहे. अशा प्रकारच्या श्रीमंत महाराज सरकारांच्या उपकाराबद्दल आर्यभूमीवर वसत असलेले व आज गरीबदशेस आलेले मराठे लोकही ही मदत प्रत्यक्ष श्री शिवछत्रपतींच्या वंशजापासून आलेली आहे हे पाहून आनंदित होतील.

मराठे लोकांना चांगली स्थिती यावी, असे ज्यांना मनापासून वाटत असेल; मग ते कोणत्याही जातीचे किंवा राष्ट्राचे लोक असोत – त्यांनीही या सोसायटीस मदत करावी. अशा प्रकारे मदत करणाऱ्या सर्व लोकांचे मराठा मंडळींवर फार उपकार होणार आहेत. विद्यावृद्धी करण्याच्या कामी मदत करणे सर्वथैव पुण्य आहे. ज्या वेळी पुण्यात डेक्कन एज्युकेशन सोसायटीची स्थापना झाली, त्या वेळी श्री. आबासाहेब घाटगे यांनी किती अविश्रांत परिश्रम केले व ही संस्था चिरायू करण्यास ते कसे झटले, ही गोष्ट आठवूनच मराठेतर जातींच्या लोकांनी आमच्या संस्थेस मदत करण्याच्या कामी श्रीमंतांचा कित्ता गिरवावा, अशी मी विनंती करतो.

अशा प्रकारे मराठा समाजाचा सुधारणारूपी सूर्य आज क्षितिजावर उदयाला येत आहे. त्याच्या आड केव्हातरी ढगही येतील. तरीसुद्धा तो सुधारणारूपी सूर्य ते नाहीसे करून नेहमी प्रकाशमान होईल व तो भरमध्यान्ही येऊन तेथेच सतत राहून आमच्या समाजास सुशिक्षणाने सुशोभित ठेवील, अशी पूर्ण आशा बाळगून तसेच आज निर्माण होणारी ही आमची संस्था चिरायू व्हावी म्हणून परमेश्वरापाशी मनोभावाने प्रार्थना करून मी आपले भाषण संपवितो.

(श्री शाहू छत्रपती मराठा विद्यार्थी वसतिगृह : हीरक महोत्सव - स्मरणिका)

॥ ४ ॥

व्हिक्टोरिया मराठा बोर्डिंगच्या इमारतीचा पायाभरणी समारंभ

२५ सप्टेंबर १९०१

१८ एप्रिल १९०१ रोजी कोल्हापुरात 'मराठा एज्युकेशन सोसायटी' च्या वतीने 'व्हिक्टोरिया मराठा बोर्डिंग'ची स्थापना झाली होती. २५ सप्टेंबर १९०१ रोजी सदर वसतिगृहाच्या इमारतीचा पायाभरणी समारंभ तत्कालीन पोलिटिकल एजंट कर्नल सिली यांच्या हस्ते झाला.

या प्रसंगाचा वृत्तान्त मुंबईच्या 'टाइम्स ऑफ इंडिया' या वृत्तपत्रात आला होता. त्याचा उतारा आम्ही येथे देत आहोत. कर्नल सिलीसोबत, शाहू छत्रपती महाराज, संस्थानातील जहागीरदार, मानकरी इत्यादी मंडळी उपस्थित होती. समारंभाच्या सुरुवातीस आप्पासाहेब म्हैसाळकर (केदारराव शिंदे, चीफ ऑफ म्हैसाळ) यांनी जे स्वागताचे भाषण केले, त्याचा सारांश या बातमीपत्रात येथे दिला गेला आहे.

MARATHA STUDENT'S INSTITUTION
Kolhapur : September 26

The interesting ceremony of laying the foundation stone of the extension to the buildings of the Victoria Maratha Student's Institution, belonging to the Maratha Education Society, was performed yesterday morning by the political Agent, Colonel C.W.H. Sealy. Among those present were His Highness the Chhatrapati Maharaja and some of his leading feudatories, sardars, mankaris, the chief of Mhaisal, Members of the American and S.P.G. Missions and the Dewan and other principal officers of the state.

The proceedings were opened by the chief of Mhaisal who in the course of his speech, said, "We are on this occasion assembled to perform the ceremony of laying the foundation stone of the Victoria Maratha Student's Institution. This institution has been very recently founded as a mark of respect to the august memory of her Majesty, our late queen, Empress of India. Now as directed by the managing committee, I have to express their deep sense of obligation to Col. Sealy for the great interest which he has taken since the foundation of the Society. Our special thanks are due to him for the sanction which he has been kind enough to secure from the Bombay Government.

"This institution was placed on a firm basis by the liberal help given by His Highness Shri Shahu Chhatrapati Maharaja and I think this is a proper occasion to express on behalf of the Society their deep sense of gratitude to him."

(The Times of India : 28 Sept. 1901)

(मराठी अनुवाद)

मराठा विद्यार्थी- वसतिगृह (संस्था)
कोल्हापूर : सप्टेंबर २६

मराठा एज्युकेशन सोसायटीच्या व्हिक्टोरिया मराठा विद्यार्थी वसतिगृहाच्या इमारतीचा कोनशिला समारंभ काल सकाळी पोलिटिकल एजंट कर्नल सी.डब्ल्यू.एच. सिली यांच्या हस्ते पार पडला. उपस्थितांमध्ये श्री छत्रपती महाराज आणि त्यांचे महत्त्वाचे जहागीरदार, सरदार, मानकरी, चीफ ऑफ म्हैसाळ, अमेरिकन व एस.पी.जी. मिशनचे सदस्य दिवाणसाहेब व संस्थानचे इतर प्रमुख अधिकारी यांचा समावेश होता.

कार्यक्रमाची सुरुवात चीफ ऑफ म्हैसाळ यांच्या भाषणाने झाली. ते म्हणाले, "आज आपण सर्व जण व्हिक्टोरिया मराठा वसतिगृहाच्या इमारतीच्या कोनशिला समारंभासाठी जमलो आहोत. या संस्थेची स्थापना नुकतीच स्वर्गीय महाराणी, हिंदुस्थानच्या सम्राज्ञी व्हिक्टोरिया यांच्या स्मृतीस आदरभाव व्यक्त करण्यासाठी झालेली आहे. कर्नल सिली यांनी या संस्थेच्या स्थापनेपासून जो रस दाखविला आहे; त्याबद्दल मी व्यवस्थापन मंडळीच्या सूचनेवरून संस्थेवरील त्यांच्या उपकाराचे ऋण व्यक्त करीत आहे. त्यासाठी मुंबई सरकारची परवानगी मिळविल्याबद्दल आम्ही त्यांचे खास आभार मानत आहोत.

"या संस्थेची उभारणी श्री शाहू छत्रपती महाराजांनी केलेल्या सढळ व उदार मदतीच्या भक्कम पायावर झालेली आहे आणि त्यांच्या प्रति संस्थेची कृतज्ञतेची भावना व्यक्त करण्यासाठी हा योग्य प्रसंग आहे असे मला वाटते."

(दि टाइम्स ऑफ इंडिया : २८ सप्टेंबर १९०१)

५

राजकन्या राधाबाई ऊर्फ आक्कासाहेब महाराज यांच्या विवाहाची निमंत्रणपत्रिका

१७ मार्च १९०८

शाहू महाराजांची एकुलती एक कन्या, राधाबाई ऊर्फ आक्कासाहेब महाराज, यांचा विवाह २१ मार्च १९०८ रोजी देवास नरेश तुकोजीराव पवार यांच्याशी

कोल्हापूर मुक्कामी इतमामाने पार पडला. या सोहळ्याची हरिहर पंडित ऊर्फ बाळा महाराज (गुरू महाराज घराणे) यांना धाडलेली निमंत्रणपत्रिका.

हरिहर पंडित ऊर्फ बाळा महाराज

श्री - चे शेवेशी चरणावर मस्तक ठेऊन कृत्तानेक विज्ञापना तागायत फालगुन श्रु ।। शके १८२९ प्लवंग नाम संवछरे परयंत[१] सकल वृत्त यथास्थित असे विशेष श्रीयासह चिरंजीव विजईभव राधाबाई आका यांचे विवाहाचा निश्चय फालगुन वा । ३ त्रितिया मंदवासरी[२] होऊन वर श्रीमंत राजश्री तुकोजीराव पवार राजेसो सं ।। देवास थोरली शाखा यांसी नेमस्त केले आहे. तरी आपण सहकुटुंब सहपरिवार येऊन कार्यसिद्धी केली पाहिजे. शेवेसी श्रुत होय. हे विज्ञापना.

(गुरू महाराज संग्रह)

६

पंचम जॉर्ज बादशहाच्या राज्यारोहणानिमित्त कोल्हापुरात आयोजित केलेला दरबार

२२ जून १९११

पंचम जॉर्ज बादशहाच्या राज्यारोहण प्रसंगी आनंद व्यक्त करण्यासाठी २२ जून १९११ रोजी कोल्हापुरात दरबार भरवला गेला. त्या वेळी संस्थानातील अनेक राजनिष्ठ व कर्तबगार व्यक्तींना देणगी देऊन त्यांचा सन्मान करण्यात आला. या व्यक्तींत माधवराव पंडित पंत अमात्य, बापूसाहेब महाराज, दत्ताजीराव घाटगे (काकासाहेब), रावब, सबनीस (दिवाण), दत्ताजीराव इंगळे (ए.डी.सी.), दत्ताजीराव इंगळे (ज्यु.), इत्यादींचा समावेश आहे. प्रस्तुत कागद तत्कालीन दरबारी रीतिरिवाजांवर प्रकाश टाकणारा आहे.

कार्यक्रम पत्रिका

गुरुवार तारीख २२ जून १९११ रोजी कोल्हापूर येथे जुने राजवाड्यात मलिक मो-अजिम बादशहा पाचवे जॉर्ज यांचा विधियुक्त राज्याभिषेक समारंभ इंग्लंदातील लंदन

---

१. १७ मार्च १९०८ : निमंत्रणपत्रिकेची तारीख
२. २१ मार्च १९०८ : विवाह सोहळ्याची तारीख

राजर्षी शाहू छत्रपती : पत्रव्यवहार आणि कायदे । ११

शहरी व्हावयाचा. त्याजबद्दल आनंद प्रदर्शित करण्यासाठी दरबार भरावयाचा. त्याजबद्दल

१. दरबार संध्याकाळी बारावर चार वाजता श्रीअंबाबाईचे चौकात भरेल.
२. निमंत्रित लोकांनी सदर वेळेपूर्वी १५ मिनिटे अगोदर येऊन आपापले जाग्यावर बसावे.
३. जहागीरदार लोकांचे स्वागत ते दरवाज्याजवळ आलेवर असि. दिवाण करतील व त्यांना त्यांचे जागेवर नेऊन बसवितील.
४. सरंजामदार, मानकरी, इनामदार, कामदार, शिष्ट संभावित लोकांचे स्वागत खासगी कारभारी, प्रायव्हेट सेक्रेटरी वे त्यांचे हाताखालील मंडळी करतील व कोणी कोठे बसणेचे हे सांगतील. त्याप्रमाणे दरबारी मंडळींनी आपापले जागेवर जाऊन बसावे.
५. हुजूर स्वारीचे आगमन ४ वाजता होईल. स्वारी दरवाजात आलेवर सर्व दरबारी मंडळींनी खडी ताजीम देऊन स्वारी सिंहासनी विराजमान होईपर्यंत उभे राहावे.
६. सर्व दरबारी मंडळींचे मुजरे हुजुरास आपापले जागेवरून झालेवर हुजूर आज्ञेने रावबहादूर रघुनाथ व्यंकाजी सबनीस, दिवाण हे समयास उचित असे स्वल्प भाषण करतील.
७. दिवाणांचे भाषण झालेवर पुढे लिहिलेले जहागीरदार व अंमलदार लोकांस त्यांचे राजनिष्ठायुक्त वर्तन व सरकारी काम करणेच्या पद्धतीत दिसून आलेली आस्था व कर्तबगारी याजबद्दल हुजुरून देणग्या देण्याचा समारंभ होईल.

नाव	**देणगी**
मे. माधवराव मोरेश्वर पंडित पंत अमात्य हुकमतपना जहागीर बावडा.	सुवर्णपदक, सोन्याची काठी वापरणेचा मान काठीसह व वस्त्रे.
मे. पिराजीराव घाटगे सर्जेराव वजारत मा. आब्., सी.आय.ई., सी. एस.आय. जहागीर थोरले कागल.	सदरहूप्रमाणे
मे. दत्ताजीराव घाटगे सर्जेराज जहागीर धाकटे कागल.	सुवर्णपदक व अधिकार वाढविलेबद्दल वस्त्रे
मे. रावबहादूर रघुनाथ व्यंकाजी सबनीस दिवाण	सुवर्णपदक व पाटीलकीचे वतन व इनाम जमिनी दिलेच्या सनदा

मे. गंगाजीराव त्र्यंबकराव खानवेलकर	पाटीलकीचे वतन दिलेची सनद.
मे. दत्ताजीराव व्यंकटराव इंगळे, ए.डी.सी.	सदरहूप्रमाणे
मे. आपाजीराव मन्याजीराव सुर्वे, ए.डी.सी.	सदरहूप्रमाणे
रा. रा. दत्ताजीराव माधवराव इंगळे, सेक्रेटरी, जहागीर थो. कागल	सदरहूप्रमाणे
मि.डी सी. फर्न्यांडिस सु.सी.आय.डी.	सुवर्णपदक
मि. विजू सखाराम टेंबुलकर, पो.इ. सी.आय. डी.	रौप्यपदक

८. वरील मंडळींनी क्रमाने हुजुरसंनिध जाऊन अलाहिदा आगाऊ कळविलेप्रमाणे हुजुरास प्रथम मुजरा करून नजर अर्पण करावी. हुजुरून देणगी दिलेवर पुन्हा मुजरा करून आपले जागेवर जाऊन बसावे.

९. देणगी देणेचा समारंभ आटोपलेवर सर्व दरबारी मंडळीस विडे वहिवाटीअन्यये वाटले जातील. नंतर दरबार बरखास्त होईल.

हुजूर आज्ञेवरून
R. V. SABNIS
दिवाण, सरकार करवीर.

हुजुरून जहागीरदार, सरदार, मानकरी. व कामगार यांस देणग्या व पोशाख वगैरे देण्यात येतात, त्या वेळी ज्यास ते देण्यात येतात त्यांनी हुजूरहस्ते देणगी घेतेवेळी मुजरा करून नजर किती करण्याची याजबद्दल काही नियम असणे जरूर आहे, असे वाटल्यावरून खालीलप्रमाणे नियम होऊन ते हुजुरून मंजूर करण्यात आले आहेत :-

१. जेव्हा जहागीरदारांना पोशाखासह देणगी दिली जाईल तेव्हा त्यांनी हुजूर स्वारीस २१ (एकवीस) मोहरा (साव्हरीन) नजर कराव्या.

२. पोशाखाखेरीज सुवर्णपदक वगैरे नुसती देणगी देण्याची असेल अशा प्रसंगी हुजूर स्वारीस १ (एक) मोहोर (साव्हरीन) नजर करण्याची आहे.

३. इनाम जमिनीबद्दल सनदा देण्यात येतील त्या वेळी १ (एक) मोहोर (साव्हरीन) नजर करण्याची आहे.

४. चांदीच्या पदकाबद्दल नुसता सास्का शक्त्यनुसार इच्छेनुरूप करावा; मात्र तो २ (दोन) रुपयांहून कमी असू नये.

हुजूर आज्ञेवरून,
R.V. SABNIS
दिवाण, सरकार करवीर

(श्री. विजयसिंह हणमंतराव इंगळे संग्रह)

७

शाहू महाराजांचे दाजीराव विचारे यांना पत्र

१० डिसेंबर १९११

दाजीराव अमृतराव विचारे हे कोल्हापूर संस्थानचे चीफ इंजिनियर. ते शाहू महाराजांच्या खास विश्वासातील व जिव्हाळ्यातील सेवक होते. महाराजांनी राधानगरी धरणाच्या बांधकामाची जबाबदारी त्यांच्यावर सोपविली होती. प्रस्तुत पत्रात ज्या कालव्याच्या कामाचा निर्देश आहे, ते या धरणाशी संबंधित असावे. संस्थानापासून दूर दिल्लीत गेल्यावरही महाराजांचे लक्ष आपल्या कारभाराकडे कसे होते, याची कल्पना या पत्रावरून येते. दि. १२ डिसेंबर १९११ रोजी दिल्लीत पंचम जॉर्ज बादशहाच्या राज्यरोहणाचा दरबार भरणार होता. त्यासाठी शाहू महाराज आपल्या परिवारासह दिल्लीला गेले होते.

श्री

कारोनेशन दरबार, दिल्ली
१०-१२-१९११

रा. रा. विचारे यांसी -

आपले पत्र पोचले. मजकूर समजला. जितके लोक कामावर येतील तितके कामावर ठेवावे. मी आल्यानंतर कॅनालचे काम सुरू करणार आहे. माझी तबेत मजेत आहे.

कळावे.

शाहू छत्रपती
(मोडी सही)

(रावब. विचारे संग्रह)

१४ । राजर्षी शाहू छत्रपती : पत्रव्यवहार आणि कायदे

༺ ८ ༻

जी.सी.आय.ई. पदवी मिळाल्यावर शाहू महाराजांनी दाजीराव विचारे यांना पाठविले खासगी पत्र

१२ डिसेंबर १९११

कोल्हापूर संस्थानचे चीफ इंजिनियर दाजीराव अमृतराव विचारे यांना शाहू महाराजांनी दिल्लीहून धाडलेले हे पत्र अनेक दृष्टीने महत्त्वाचे आहे. १२ डिसेंबर १९११ रोजी दिल्लीत पंचम जॉर्ज बादशहाच्या राज्यारोहणानिमित्त खास दरबार भरविला जाणार होता. त्या दरबारास महाराजांना पाचारण केले गेले होते. मुख्य समारंभाच्या आदल्या दिवशी म्हणजे ११ डिसेंबर १९११ रोजी व्हाईसरॉय लॉर्ड हार्डिंग्ज यांच्याकडून महाराजांना ब्रिटिश साम्राज्यातील G.C.I.E[१] *ही मोठ्या सन्मानाची पदवी मिळाल्याचे पत्र मिळाले. हे पत्र म्हणजे महाराजांच्या राजनिष्ठेचे जसे प्रतीक होते, तसे ते ब्रिटिशांना महाराजांविषयी व त्यांच्या कार्याविषयी वाटणाऱ्या विश्वासाचेही द्योतक होते. हा सन्मान मिळाल्याचा आनंद महाराजांना होणे स्वाभाविक होते. विशेषत: महाराजांच्या शत्रूंनी (ज्यांना त्यांनी उपरोधाने 'स्नेही' असे संबोधले आहे.) त्यांच्यावर सतत चालविलेल्या चिखलफेकी हल्ल्यांच्या व त्यांना पदच्युत करण्याच्या कटकारस्थानांच्या पार्श्वभूमीवर ब्रिटिश सरकारने केलेला हा सन्मान त्यांना विशेष महत्त्वाचा वाटणे अस्वाभाविक नव्हते. या आनंदाच्या क्षणी त्यांना आपल्याबरोबर 'एकाच नावे'त असणाऱ्या दाजीरावासारख्या सहकाऱ्याची आठवण व्हावी व त्याच क्षणी त्यांनी आपले मनोगत त्यास कळवावे, ही गोष्ट महाराजांच्या व्यक्तिमत्त्वाच्या एका आगळ्या पैलूचे दर्शन घडवून जाते.*

कारोनेशन दरबार
कोल्हापूर कँप,
दिल्ली.

श्री

चि. वि. राजश्री विचारेसाहेब यांसी –
आशीर्वाद विशेष –

पत्र लिहिण्यास कारण की, आज मला G.C.I.E. हा किताब मिळाला.

---

१. Grand commander (of the Most Eminent Order) of the Indian Empire.

परमेश्वराने किताब, मान, महाराज वगैरे पदव्या दिल्या होत्या. परंतु, हल्ली मिळालेल्या पदवीची किंमत आमचे स्नेही मंडळींनी फार समजली पाहिजे. कारण, आपणास माहीतच आहे की, *आम्हाला आमचे स्नेही मंडळींनी जवळजवळ कारागृहवास दाखविण्याचा प्रयत्न केला. तो साधणे जरी शक्य नव्हते तरी आम्हावर शेण उडविलेच.* आम्हास आई-बाप वगैरे कोणी नाही; तरी त्या 'जगन्नियंत्या परमेश्वराने काळजी वाहून आमचे अंगावरचे शेण पुसून काढून कुंकवाचा टिळा लावला. तरी आपण (जे लोक आमचे बरोबर एका नावेत बसले होते.) त्या परमेश्वराची, सातवे एडवर्ड बादशहाची व पंचम जॉर्ज बादशहाची अनन्यभावे प्रार्थना केली पाहिजे. *कारण त्यांनी न्याय तो न्याय व अन्याय तो अन्याय ठरवून आमचा डाग धुऊन काढला.* याबद्दल परमेश्वराचे आम्ही मानू तितके उपकार थोडेच होणार आहेत. आमचे झालेले हाल पाहून आमचे मित्र-मंडळींचे डोळे अद्याप निवाले नाहीत. तो महाराज ढोंग करतो; तो लुच्चा आहे वगैरे विशेषणे आम्हाला सुरू आहेत. करिता आता याचेपुढे आपण मला सोडू नये व नोकर हे नाते विसरून माझेशी वागावे, हीच विनंती आहे. कळावे हे आशीर्वाद.

शाहू छत्रपती
(मोडी सही)

(रावब. विचारे संग्रह)

५ ९ ५

शाहू महाराजांचे मिशन स्कूलच्या मि. जाधव यांना पत्र

३१ जानेवारी १९१४

मिरजेतील मिशन स्कूलचे संचालक मि. जाधव यांना लिहिलेले शाहू महाराजांचे पत्र. हे संपूर्ण पत्र महाराजांनी आपल्या हस्ताक्षरात लिहिले आहे.

Miraj
Kolhapur
Tuesday, ३१-१-१९१४

My dear Mr. Jadhav,

I shall be really very very much pleased to accept the invitation of the mission students. I feel really proud that they should consider me one of them. I shall never forget this honour done to me. I value it most.

I hope neither beef nor flesh of pig in tin or otherwise is now served to me and Balasaheb. I shall bring my attendant Dattoo also with me.

Yours sincerely,
Shahu Chhatrapati

(श्री. विजय सुरवाडे संग्रह)

(मराठी अनुवाद)

मिरज. कोल्हापूर
मंगळवार, ३१-१-१९१४

प्रिय श्री. जाधव,

मिशनच्या विद्यार्थ्यांचे निमंत्रण स्वीकारण्यात मला फार-फार आनंद होईल. ते मला त्यांच्यापैकीच एक मानतात, याचा मला खरोखरच अभिमान आहे.

माझा हा सन्मान मी कधीच विसरणार नाही. मी त्याची कदर करतो. मी आशा करतो की, माझ्या आणि बाळासाहेबांच्या भोजनास गोमांस अथवा डबाबंद डुकराचे मांस असणार नाही. आमचा सेवक दत्तू मी माझ्याबरोबर आणत आहे.

आपला,
शाहू छत्रपती

ꙮ १० ꙮ

शाहू मिलच्या उभारणीची जबाबदारी रघुपती पंडित महाराजांवर

१४ ऑगस्ट १९१५

श्री. रघुपती पंडित महाराज हे शाहू महाराजांच्या अत्यंत विश्वासातील घनिष्ठ मित्र. त्यांच्याकडे महाराजांनी कोल्हापुरातील कापड गिरणी (शाहू मिल) उभारण्याची जबाबदारी सोपवली होती. बापूसाहेब महाराज राधानगरी धरणाची 'कामगारी' जशी पार पाडत आहेत, तशी या मिलची 'कामगारी' पंडित

राजर्षी शाहू छत्रपती : पत्रव्यवहार आणि कायदे । १७

महाराजांनी करावी, अशी तीव्र इच्छा महाराजांनी या पत्रात व्यक्त केली आहे. विश्वासातील व्यक्तींकडून संस्थानातील महत्त्वाची सार्वजनिक कामे महाराज कशा पद्धतीने करवून घेत, याची कल्पना या पत्रावरून येते.

श्री

स्टेशन बंगला
१४।८।१९१५

श्री. राजगुरू पंडित महाराज यांचे शेवेसी.

तलाव कामगारी ज्याप्रमाणे चि. बापूसाहेब याजकडे सोपविली आहे त्याप्रमाणे गिरणीची कामगारी सर्वतोपरी आपल्याकडे सोपवली आहे. तरी सदर कामगारी आपण स्वत:ची आहे, असे समजून ज्याप्रमाणे चि. बापूसाहेब तलाव कामगारी करीत आहे त्याप्रमाणे करावी. सदर कामगारीसंबंधी सल्लामसलत रावबहादूर दिवाणसाहेब यांची घ्यावी. हे विज्ञापना.

शाहू छत्रपती
(मोडी सही)

(गुरू महाराज संग्रह)

११

शाहू महाराजांचे धाकटे पुत्र प्रिन्स शिवाजी महाराज यांच्या विवाहाची निमंत्रणपत्रिका

३१ मे १९१७

शाहू महाराजांचे कनिष्ठ पुत्र प्रिन्स शिवाजी महाराज यांचा विवाह ६ जून १९१७ रोजी सासवडचे शंकरराव जगताप यांची कन्या जमनाबाई यांच्याशी साजरा झाला. त्या विवाहाची हरिहर पंडित ऊर्फ बाळा महाराज यांना पाठविलेली ही निमंत्रणपत्रिका. जमनाबाई पुढे देवी इंदुमती राणीसाहेब या नावाने प्रसिद्धी पावल्या.

श्री

शंभू भवानी

श्री. हरिहर पंडित ऊर्फ बाळा महाराज यांचे शेवेसी चरणावर मस्तक ठेऊन कृतानेक

१८ । राजर्षी शाहू छत्रपती : पत्रव्यवहार आणि कायदे

विज्ञापना. तागायत जेस्ठ श्रु ।। १० शके १८३९ परयंत[1] सकल वृत्त यथास्थित असे. श्रीयासह चिरंजीव विजईभव राजश्री शिवाजी महाराज यांचा विवाह जेस्ठ वद्य १ शके १८३९ रोज बुधवार[2] सायंकाळी गोरज मुहूर्तावर करण्याचा निश्चय केला आहे. शरीरसंबंध रा. रा. शंकरराव जगताप सासवडकर यांची कन्या सकल सौभाग्यकांक्षिणी जमनाबाईसाहेब यांची वधुनेमस्त केली आहे. विवाह समारंभ करविरी होण्याचा आहे.

तरी आपण सहकुटुंब सहपरिवार येऊन कार्यसिद्धी केली पाहिजे. शेवेसी श्रुत होय हे विज्ञापना.

सिका मोर्तब.

सदरची असल प्रत श्रीमंत श्री बाळा महाराज स्वारीकडे मुंबईस पत्रासोबत रवाना जाहले असे. ता. २६।५।१७ इसवी.

(गुरू महाराज संग्रह)

॥ १२ ॥

युवराज राजाराम महाराज यांच्या विवाहाची निमंत्रणपत्रिका

१९ मार्च १९१८

शाहू महाराजांचे ज्येष्ठ चिरंजीव राजाराम महाराज यांच्या विवाहाची निमंत्रणपत्रिका. हा विवाह सोहळा बडोदा मुक्कामी १ एप्रिल १९१८ रोजी मोठ्या वैभवाने साजरा झाला. महाराजा सयाजीराव गायकवाड यांची नात इंदुमती यांना वधूनेमस्त केले होते. इंदुमती पुढे ताराबाई राणीसाहेब म्हणून प्रसिद्धी पावल्या.

श्री

शंभू भवानी

श्री चे शेवेसी चरणावर मस्तक ठेवून कृतानेक विज्ञापना. तागायत फालगुन शु. ७ शके १८३९ पिंगल नाम संवत्सर* सकल वृत्त यथास्थित असे. विशेष

---

१. ३१ मे १९१७ : निमंत्रणपत्रिकेची तारीख.
२. ६ जून १९१७ : विवाह सोहळ्याची तारीख.
* १९ मार्च १९१८ : निमंत्रणपत्रिकेची तारीख.

राजर्षी शाहू छत्रपती : पत्रव्यवहार आणि कायदे । १९

श्रीयासह चिरंजीव विजयीभव राजश्री युवराज राजाराम महाराज यांचा विवाह फालगुन वद्य ५ रोज इंदुवार तारीख १ माहे एप्रिल १९१८ इसवी बडोदे मुक्कामी गोरज सुमुहूर्तावर करण्याचे योजिले आहे. शरीरसंबंध श्रीमंत सयाजीराव गाईकवाड महाराजसाहेब बडोदे यांची नात सकल सौभाग्यकांक्षिणी श्रीमती इंदुमती बाईसाहेब यांसी वधुनेमस्त केली आहे. तरी आपण सहकुटुंब सहपरिवार येऊन कार्यसिद्धी केली पाहिजे. सेवेशी श्रुत होय. ही विज्ञापना.

(गुरू महाराज संग्रह)

⬥⬥⬥

◑ १३ ◐

शाहू महाराजांची मराठा-धनगर विवाह योजना : धर्माधिकारी गुंडोपंत पिशवीकर यांचे महाराजांना पत्र

१८ मे १९१८

अधिकाधिक आंतरजातीय विवाह घडवून आणणे हाच जातिभेद मोडण्याचा सर्वांत प्रभावी मार्ग आहे, अशी शाहू महाराजांची मनोधारणा होती. त्यांनी आपला हा विचार अनेक पत्रांतून व भाषणांतून मांडलेला होता. महाराज कृतिशील सुधारक होते. उक्तीप्रमाणे कृती करावी म्हणून त्यांनी कोल्हापूर – इंदूरच्या संस्थानांच्या दरम्यान १०० मराठा-धनगर आंतरजातीय विवाह घडवून आणण्याचे योजिले व त्यानुसार आपले अधिकारी गुंडोपंत पिशवीकर (राजधर्माधिकारी) यांना कामगिरीवर धाडले. प्रस्तुत पत्रात पिशवीकरांनी इंदूरमधील वेदोक्ताबाबतच्या व आंतरजातीय विवाहाबाबतच्या अनुकूलतेविषयी महाराजांना सविस्तर वृत्तान्त कळविला आहे. महाराजांच्या या प्रयत्नांना यश येऊन पुढे सुमारे २५ आंतरजातीय विवाह उभय संस्थानांच्या दरम्यान घडून आले. खुद्द महाराजांनी आपल्या चुलत बहिणीचा विवाह इंदूरच्या यशवंतराव होळकर महाराजांशी जुळवून आणला होता.

श्री

इंदोर
ता. १८ मे १९१८

श्रीमन्महाराज छत्रपती साहेब सरकार करवीर स्वामीचे सेवेशी सेवक गुंडो सखाराम पिशवीकर याची कृतानेक विज्ञापना ऐसीजे.

२० । राजर्षी शाहू छत्रपती : पत्रव्यवहार आणि कायदे

परवा दिवशी पाठविलेले पत्र हुजूर सादर झाले असेलच.

श्रीमन्महाराज साहेबांची मला आज्ञा झालेप्रमाणे परवा दिवशी मे. जनरल मतकर साहेब व मे. नायब दिवाण वागळे साहेब यांच्याशी माझे बोलणे झाले. त्यांनी सरकारचे आश्रित वे.शा.सं. भय्याशास्त्री द्रविड नावाचे चांगले विद्वान आहेत, त्यांना बोलावून आणिले होते. त्यांचे माझे वेदोक्तासंबंधाने बरेच संभाषण झाले. शास्त्रीबुवा विरुद्ध गेले नाहीत. विचार करून आपले मत सांगतो म्हणाले. येथील राजोपाध्ये व सदर शास्त्री यांना यादी लिहून त्यांचा लेखी अभिप्राय मागविण्याचे ठरले. पुन: काल रोजी आम्ही तिघे – मे. जनरल मतकर साहेब, मे. ना. दिवाण वागळे साहेब व मी – एकत्र जमलो होतो. होळकर सरकारचे घराण्याचा वंशवृक्ष मिळालेला त्यांनी मला दाखविला. तो वंशवृक्ष श्रीमंत तुकोजीराव महाराज हल्लीच्या महाराजांचे आजे यांनी तयार करविला होता. वंशवृक्षावरून होळकर सरकारचे घराणे 'राठोड क्षत्रिय' असल्याचे स्पष्टपणे सिद्ध होत आहे. वंशवृक्षातील माहिती पूर्ण असून तो चांगले प्रकारे तयार करविलेला आहे.

शिवाय श्रीमंत तुकोजीराव महाराजांचे वेळी उदेपुरातून राणाजींकडून श्रीमंत तुकोजीराव, श्री. शिवाजीराव व श्री. यशवंतराव यांना खलित्यांसह सुवर्णाचे तोडे आल्याचा दाखला मिळतो. क्षत्रिय राजावाचून सोन्याचे तोडे पायात घालणेचा रिवाज नसोन शास्त्रही तसेच आहेत. श्रीमंत तुकोजीराव महाराजांचे कारकिर्दीत होळकर घराण्याचे क्षत्रियत्व स्थापित करण्याचा विचार चालला होता, अशी माहिती मिळते. आणखी पुरावा शोधण्याचे काम चालू आहे. राजोपाध्ये व शास्त्री यांना यादी (वेदोक्त संबंधाने) लिहिणेत आली आहे. ४-२ दिवसांत त्यांचे उत्तर मिळेल.

श्रीमन्महाराज साहेबांनी मे. तालचरकर मामासाहेबांबरोबर मला आज्ञा सांगून पाठविली आहे की, तुम्ही आल्यासारखे येथील काम करूनच जावे. मामासाहेबांनी मला योग्य सल्ला देऊन फार चांगली माहिती दिली. छत्रपतींच्या चरणी त्यांची निष्ठा चांगली आहे. कोल्हापूरचे ते एक अगत्यवादी आहेत.

लग्नाच्या संबंधाने इकडील हकिकत अशी आहे की, इकडील धनगर मंडळींच्या सभा होऊन त्यात बहुमत महाराज साहेबांच्या म्हणण्याप्रमाणे झाले आहे. धनगर मंडळींच्या अनुकूलतेच्या सह्या घेणेचे काम सुरू झाले आहे. शे-दीडशे सह्या झाल्याचे समजले. मात्र, ताबडतोब काही होणे शक्य नाही. आता वैशाखात लग्ने घडून येण्यास मार्ग राहिला नाही.

येथे वेदोक्त सुरू होणेस फारसा अडथळा येईल, असे वाटत नाही. याचे कारण मुख्यत: अद्यापि गाजत असलेले करवीर वेदोक्त प्रकरण होय. छत्रपतींनी जे क्लेश सोशिले त्याचे फल सर्व मराठा क्षत्रियांना सुलभपणे मिळत आहे.

राजर्षी शाहू छत्रपती : पत्रव्यवहार आणि कायदे । २१

लुप्त झालेला वेदोक्त धर्ममार्ग अनेक साधने उपलब्ध करून देऊन छत्रपतींनी मोकळा केला आहे. क्षत्रिय कुलावंतसांचे कर्तव्य ते हेच. अनेक साधने म्हणजे – श्रीमन्जगद्गुरू वेदोक्तास अनुकूल, करवीर आश्रित ब्रह्मवृंद अनुकूल, मराठा क्षत्रिय अनुकूल –अशा प्रकारे हे महाकार्य छत्रपतींनी ८/१० वर्षे सतत श्रम करून सुलभ करून ठेविले आहे. काही उपद्व्यापी मंडळी विरुद्ध असली तरी त्यांचा अडथळा आता कोणतेही प्रकारे चालू शकणारा नाही. क्षत्रियत्वाच्या संरक्षणाचे सर्व श्रेय केवळ छत्रपतींचे आहे.

येथे मला विशेष संतोषाची गोष्ट ही वाटली की, या उत्तर हिंदुस्थानातील एका मोठ्या दरबारात दक्षिणेतून आलेले आमचे मे. बाळासाहेब खानविलकर यांची सेवा येथील महाराज साहेबांना चांगली आवडली आहे. महाराज साहेबांनी त्यांना नुकतीच ६१ रु. बढती दिली आहे. ते सतत महाराज साहेबांच्या सेवेत तत्पर राहतात. महाराज साहेबांच्या निवासानजीकच तंबूत क्षणभरही न विसंबता ते कामास हजर असतात. लहान वयात त्यांची वागणूक मला तर फार चांगली वाटली.

वेदोक्त सुरू करणेसंबंधी व इकडील-तिकडील घराणी व लग्नाची मुले-मुली पाहून लग्नसंबंधाने मानपानादिकाबद्दल एकमेकांची बोली करून ठराव टिळा वगैरे गोष्टी आतापासून सुरू करून कार्तिक मासापर्यंत पुऱ्या कराव्यात आणिनंतर मुहूर्ताचे महिन्यात सुमुहूर्तावर लग्ने व्हावीत, असे इकडील मंडळींनी ठरविले आहे. अर्थातच, महाराज साहेबांचे मत मंडळींच्या मतावर अवलंबून राहिले आहे. इकडील लग्नाची मुले-मुली असलेल्या घराण्यांचा तक्ता – त्यांचा दर्जा, उत्पन्न वगैरे बद्दलचा – तयार होत आहे. तिकडीलही तसाच व्हावा लागेल. इकडे मुले-मुली बरीच आहेत.

मी पुनः उद्या अगर परवा महाराज साहेबांचे दर्शनास जात आहे.

एकंदरीत छत्रपतींनी सुरू केलेले मराठा मेलनाचे कार्य येथेही वृद्धिंगत होत आहे. येथे उष्मा फारच आहे. सेवेशी श्रुत व्हावे ही विज्ञापना.

आज्ञाधारक नम्र सेवक
राजधर्माधिकारी
G. S. Pishvikar
(इंग्रजी सही)

(कोल्हापूर पुरालेखागार, शाहू दप्तर, कागद क्र. प्र. ७६०८)

❧ १४ ❧

शाहू महाराजांचे डॉ. कृष्णाबाई केळवकर यांना पत्र

८ फेबुवारी १९१९

कृष्णाबाई केळवकर या कोल्हापूर संस्थानातील पहिल्या एतद्देशीय स्त्री-शिक्षणाधिकारी रखमाबाई केळवकर यांच्या कन्या. शाहू महाराजांच्या उत्तेजनाने त्यांनी मुंबईच्या ग्रँट मेडिकल कॉलेजात व युरोपात उच्च वैद्यकीय शिक्षण घेतले आणि त्या कोल्हापूरच्या सरकारी हॉस्पिटलमध्ये डॉक्टर म्हणून रुजू झाल्या. मराठा समाजातील वैद्यकीय क्षेत्रात इतके उच्च शिक्षण घेतलेली अशी स्त्री त्या काळात अपवादात्मक होती. शाहू महाराजांना त्याचे खास कौतुक होते. त्यांनी कृष्णाबाईंसाठी हॉस्पिटलमध्ये स्वतंत्र स्त्री-विभाग करून त्यावर त्यांची मुख्याधिकारी म्हणून नेमणूक केली होती.

या पत्राची पार्श्वभूमी अशी दिसते की, कृष्णाबाईंनी हॉस्पिटलच्या संदर्भात अनेक अडचणी तक्रार स्वरूपात महाराजांना सादर केल्या होत्या. त्यास समजावणीच्या स्वरूपात महाराजांनी पाठविलेले हे उत्तर आहे. त्यामध्ये कृष्णाबाईंविषयीचा जिव्हाळा, त्यांच्या शिक्षणाविषयीचे कौतुक व त्यांच्या कामाविषयीचा विश्वास अशा अनेक बाबी महाराजांनी वडीलकीच्या नात्याने व्यक्त केल्या आहेत.

आणखी एका महत्त्वाच्या बाबीवर हे पत्र प्रकाश टाकते. ती म्हणजे महाराजांनी कोल्हापूरच्या या सरकारी हॉस्पिटलमध्ये अनाथ मुलांचा एक खास विभाग सुरू करून त्यांच्या संगोपनाची जबाबदारी दरबार सर्जन डॉ. टेंगशे व आपल्या राणीसाहेब लक्ष्मीबाई यांच्यावर सोपविली होती. प्रिन्स शिवाजींच्या आकस्मिक निधनाने राणीसाहेबांवर जो क्रूर आघात झाला होता; त्याचे दुःख विसरण्यासाठी महाराजांनी ही योजना केली होती. या संदर्भात त्यांनी पत्रात म्हटले आहे - 'As regards orphans after the sad bereavement in my family, it is the only thing that interests my wife.'

Kolhapur
8th February 1919

My Dear Dr. Miss Kelavkar,

Your services are needed to the Darbar. The Darbar will be very sorry to lose you. The Darbar never wishes that you should leave the services. The Darbar is well aware of your qualifications. The Lady Dr. must understand that she is a Lady Doctor and not a veterinary surgeon and she cannot expect

राजर्षी शाहू छत्रपती : पत्रव्यवहार आणि कायदे । २३

human beings to be forced like animals to a certain doctor alone. They are human beings. They go where they think best. Medico legal cases may be sent to you if you like. Please let me know your wishes in the matter. But you will have to go to court very often. If you are going to leave the work to your assistants who are males then the present arrangement seems to be more convenient and less expensive. If your assistants are ready to take up all the cases the whole medico legal department will be given in your charge to the great delight of Dr. Tengshe who is over-worked. In the British Districts I have never observed a lady doctor thus in charge of the whole hospital. It was not so even at Indore when Dr. Tambe was there. From this you will see how the Darbar has complete faith in you.

As to nurses the number in your control is not lessened and you need not be sorry if more nurses are given to Dr. Tengshe. So if one more assisting doctor is given to you Dr. Tengshe need not be sorry.

As regards orphans after the sad bereavement in my family, it is the only thing that interests my wife and Dr. Tengshe is regarded by my wife as a father and that is why orphans are intended to be handed over to my wife and Dr. Tengshe and I think this is a good turn of kindness I am doing to my wife in handing over the orphans to her. Womens nature being very sharp even two women cannot pull on together though they be sisters. That is the proverb of old. Therefore I thought that the fatherly relation of Dr. Tengshe with my wife would carry on the orphanage more smoothly and would be more pleasing to my wife.

If any nurses have been taken away from you please let me know. Also please let me know the number of nurses there were at the time of Dr. Sinclare and Dr. Sain and also the number of indoor and out door cases you have got.

Yours sincerely,
Sd/-
Shahu Chhatrapati

२४ । राजर्षी शाहू छत्रपती : पत्रव्यवहार आणि कायदे

(मराठी अनुवाद)

कोल्हापूर
८ फेब्रुवारी, १९१९

प्रिय डॉ. कु. केळवकर,

तुमच्या सेवेची दरबारला गरज आहे. तुम्हास गमवणे दरबारला दुःखप्रद आहे. तुम्ही सेवेतून मुक्त व्हावे, अशी दरबारची कधीही इच्छा असणार नाही. दरबारला तुमच्या गुणवत्तेची पूर्ण जाणीव आहे. एका स्त्री-डॉक्टरने हे समजून घेतले पाहिजे की, ती एक स्त्री-डॉक्टर आहे; कोणी एक जनावरांची डॉक्टर नाही. म्हणूनच लोकांनी जनावरांप्रमाणे एका विशिष्ट डॉक्टरकडेच जावे, अशी अपेक्षा तिने ठेवू नये. ते मनुष्यप्राणी आहेत. त्यांना जिथे चांगले वाटेल तिथेच ते जाणार. आपणास हवे असल्यास न्याय – वैद्यकीय – प्रकरणे (Medico Legal Cases) आपल्याकडे पाठविली जातील. या संदर्भातील तुमच्या इच्छा आम्हास कळवाव्या. परंतु, त्यामुळे तुम्हास वारंवार कोर्टात जावे लागेल. जर तुम्ही तुमचे हे काम तुमच्या पुरुष मदतनिसावर सोपविणार असाल, तर सध्याची जास्त सोयीची व कमी खर्चाची व्यवस्था बरी नाही काय? जर तुमचे मदतनीस सर्व केसेस घेण्यास तयार असतील, तर संपूर्ण न्याय-वैद्यकीय-विभाग (Medico Legal Cases) तुमच्याच ताब्यात दिला जाईल.

डॉ. टेंगशे यांच्यावर कामाचा अतिरिक्त बोजा असल्याने त्यांनाही त्यात आनंदच वाटेल. ब्रिटिश मुलखात मी अशा प्रकारे एक स्त्री डॉक्टर संपूर्ण हॉस्पिटलची प्रमुख असल्याचे पाहिलेले नाही. अगदी इंदूरमध्ये डॉ. तांबे असतानासुद्धा असे चित्र नव्हते. दरबारचा तुमच्यावर पूर्ण विश्वास आहे, हे यावरून तुमच्या लक्षात येईल. नर्सेसच्या बाबतीत बोलायचे, तर तुमच्याकडील नर्सेसची संख्या कमी करण्यात आलेली नाही आणि डॉ. टेंगशे यांना अधिक नर्सेस दिल्याबद्दल तुम्ही वाईट वाटून घेऊ नये. तसेच तुम्हालाही आणखी एक असिस्टंट डॉक्टर दिला गेल्यास डॉ. टेंगशे यांनाही काही वाटण्याचे कारण नाही.

अनाथ मुलांच्या संदर्भात सांगायचे, तर आमच्या कुटुंबातील त्या दुःखद घटनेपासून माझ्या पत्नीस ज्यामध्ये रस असेल, अशी ही एकमेव गोष्ट आहे. डॉ. टेंगशे माझ्या पत्नीस पित्याप्रमाणे वाटतात. म्हणूनच (हॉस्पिटलमधील) अनाथ मुलांचा ताबा माझी पत्नी व डॉ. टेंगशे यांच्याकडे सुपूर्द करण्यात आला आहे. माझ्या पत्नीकडे या अनाथ मुलांचे संगोपनाचे काम सोपवून मी तिच्या दुःखी मनाला विरंगुळा मिळवून देण्याचा प्रयत्न करीत आहे, असे मला वाटते.

राजर्षी शाहू छत्रपती : पत्रव्यवहार आणि कायदे । २५

स्त्रिया या जात्याच हुशार असल्यामुळे, दोन स्त्रिया, अगदी बहिणी-बहिणी असल्या, तरी जास्त काळ एकत्र काम करू शकत नाहीत, ही अगदी जुनी म्हण आहे. म्हणूनच मला असे वाटते की, डॉ. टेंगशे यांच्याशी असलेल्या पितृतुल्य नात्यामुळे हे अनाथालय चांगल्या प्रकारे चालविणे माझ्या पत्नीस जास्त सोपे होईल आणि त्यात तिला आनंदही वाटेल. तुमच्याकडील काही नर्सेस कमी केल्या गेल्या असतील, तर ते आम्हास कळवावे. डॉ. सिंक्लिअर व डॉ. सैन यांच्या काळातील नर्सेसची संख्या आम्हास कळवावी. तसेच तुमच्याकडे असणाऱ्या आंतररुग्ण व बाह्यरुग्ण यांची संख्याही आम्हास कळवावी.

आपला

शाहू छत्रपती

(डॉ. प्रल्हाद केळवकर संग्रह)

१५

अच्युत बळवंत कोल्हटकरांच्या 'संदेश'ला शाहू महाराजांकडून अर्थसाहाय्य

३१ जानेवारी १९२०

शाहू महाराजांनी बहुजन समाजाच्या अनेक वृत्तपत्रांच्या स्थापनेस प्रेरणा दिली, अनेक तरुण पत्रकारांना अर्थसाहाय्य दिले. असे साहाय्य केवळ बहुजन समाजातील वृत्तपत्रांनाच दिले असे नाही, तर सामाजिक न्यायाची बाजू निर्भीडपणे मांडणारे 'सुधारक' व 'संदेश' यांसारख्या ब्राह्मणी वृत्तपत्रांनाही त्यांनी मदत केली.

प्रस्तुतचे पत्र अच्युत बळवंत कोल्हटकरांच्या 'संदेश'ला अर्थसाहाय्य देण्याच्या संदर्भातील आहे. हे साहाय्य कोल्हटकरांनी न मागताच महाराजांनी आपणहून दिलेले आहे. त्यातील 'लोन' पुढे महाराजांनी कधीच परत मागितले नाही. एवढेच नव्हे, तर कालांतराने 'संदेश' जेव्हा कोल्हापूर दरबारावर टीका करू लागला; तेव्हा त्यास दिलेल्या 'लोन'ची प्रॉमिसरी नोट फाडून टाकण्याचा आदेश त्यांनी दिला. हेतू हा की, सूड उगविण्याच्या बुद्धीने पैसे वसूल करण्याची दुर्बुद्धी आपणास होऊ नये.

कोल्हापूर
ता. ३१-१-१९२०

Confidential

रा. रा. रामचंद्र आण्णाजी प्रभावलकर
यांसी

सप्रेम लोभाची वृद्धी व्हावी, हे वि. वि.

आपण मि. कोल्हटकर 'संदेश'चे एडिटर यांची गाठ घ्यावी. त्यांना ४००० रु. लोन देणेची माझी इच्छा आहे. तरी वकिलामार्फत त्याची तजवीज करावी. तसे झाले म्हणजे मी रा. ब. सबनीस दिवाण साहेब यांना रकमेची तजवीज करणेस सांगतो.

क.लो. करावा ही विनंती.

आ.
शाहू छत्रपती
(मोडी सही)

(कोल्हापूर पुरालेखागार, शाहू दप्तर, कागद क्र. प्र. ११३५१)

१६

माणगाव परिषदेचा 'मूकनायक'मधील वृत्तान्त

१० एप्रिल १९२०

२१/२२ मार्च १९२० रोजी कोल्हापूर संस्थानातील माणगाव या गावी बहिष्कृत (अस्पृश्य) समाजाची पहिली परिषद डॉ. बाबासाहेब आंबेडकरांच्या अध्यक्षतेखाली भरली. या परिषदेचा बाबासाहेबांनी 'मूकनायक' या आपल्या पत्रात दिलेला हा वृत्तान्त.

या परिषदेला प्रमुख पाहुणे म्हणून खुद्द शाहू छत्रपती महाराज आले होते. याच परिषदेच्या व्यासपीठावरून महाराजांनी बाबासाहेबांचा अस्पृश्यांचा उद्धार करणारा खरा पुढारी आणि उद्याच्या हिंदुस्थानचा राष्ट्रीय नेता म्हणून मुक्तकंठाने गौरव केला होता. महाराजांचे हे भाकीत अचूक ठरले. खरे तर बाबासाहेबांच्या समाजक्रांतीच्या कार्याचा प्रारंभ याच परिषदेपासून झाला. एका अर्थाने ही परिषद महाराष्ट्राच्या सामाजिक इतिहासाच्या वाटचालीतील मैलाचा दगड ठरली. तेव्हा अशा परिषदेचा वृत्तान्त म्हणजे आधुनिक महाराष्ट्राच्या इतिहासाचा एक महत्त्वाचा दस्तऐवज आहे.

राजर्षी शाहू छत्रपती : पत्रव्यवहार आणि कायदे । २७

या वृत्तान्तानंतर बाबासाहेबांनी ऐंदाळे नावाच्या एका कार्यकर्त्याचे पत्र छापले असून, त्यात परिषदेनंतर सवर्णांनी अस्पृश्यांवर व ही परिषद आयोजित करणाऱ्या आप्पासाहेब दादगौडा पाटील यांच्यावर टाकलेल्या बहिष्कारासंबंधी मजकूर आहे. या बहिष्काराची तक्रार महाराजांपर्यंत गेली, तेव्हा त्यांनी बहिष्कार टाकणाऱ्या गावकऱ्यांना बोलावून त्यांना तुरुंगात टाकण्याची तंबी दिली. अशी तंबी मिळताच गावकरी वठणीवर आले.

दक्षिण महाराष्ट्रातील बहिष्कृत वर्गाची परिषद
बैठक पहिली

वरील परिषदेची पहिली बैठक *मुक्काम माणगाव, संस्थान कागल येथे ता. २१/२२ मार्च सन १९२० इ.* रोजी भरली होती. पहिला दिवस पाडव्याचा होता. तरी पण सभेस जवळजवळ पाच हजारांवर समुदाय जमला होता. याहीपेक्षा जास्त समुदाय जमला असता; परंतु आजूबाजूच्या कित्येक खेड्यापाड्यातील बहिष्कृत लोकांची कुळकर्णी, तलाठी वगैरे लोकांनी अशी समजूत करून दिली की, ही सभा बाट्या लोकांची असून, अध्यक्षदेखील बाटलेलेच आहेत. यास्तव अशा सभेस जाणे अप्रशस्त आहे, असे सांगून बऱ्याच लोकांची मने या सभेबद्दल कलुषित केली होती. सभेस कोल्हापूर दरबारातील वरिष्ठ दर्जाची व बहिष्कृतांची हितेच्छू मंडळी हजर होती. काही थोडे ब्राह्मण गृहस्थही हजर होते; परंतु डिप्रेसूड क्लास मिशन व इतर बहिष्कृतांच्या हितासाठी झटणाऱ्या कोणत्याही संस्थेचे एक पिसूदेखील आले नव्हते, हे ध्यानात ठेवण्यासारखे आहे.

दिवस पहिला

परिषदेच्या कामास ता. २१ रोजी ५ वाजता सुरुवात झाली. प्रथमतः स्वागत कमिटीचे अध्यक्ष श्री. दादासाहेब राजेसाहेब इनामदार यांचे भाषण झाले. त्यात त्यांनी प्रतिनिधींनी अशा लहानशा खेडेगावात सण, वार, घरगुती अडचणी इत्यादी काही न पाहता सभेस येण्याची तसदी घेतली, याबद्दल त्यांचे आभार मानले. आजच्या परिस्थितीचे वर्णन करून ही परिषद का बोलावण्यात आली, याचे दिग्दर्शन केले. हल्लीच्या स्वराज्याच्या काळात इतर लोक आपले बरे करतील, असे समजून त्यांच्यावर अवलंबून राहण्यापेक्षा आपल्या स्वजनोद्धाराचे महत्कार्य आपण स्वतःच केले पाहिजे, असे सांगून त्यांनी आपले भाषण संपविले. नंतर रीतीप्रमाणे सूचना व अनुमोदन मिळाल्यावर परिषदेचे नियोजित अध्यक्ष श्री. भीमराव आंबेडकर हे टाळ्यांच्या कडकडाटात स्थानापन्न झाले.

अध्यक्षांनी आपल्या भाषणाच्या प्रारंभी ही परिषद किती दृष्टींनी अपूर्व आहे, याचे विवेचन केले. मुंबई इलाख्यातील परिषदेचा हा कसा पहिलाच प्रसंग आहे व आपल्या लोकांत आपल्या उन्नतीबद्दल दिसून येत असलेली कळकळ हीदेखील तितकीच अपूर्व आहे, असे त्यांनी सांगितले. त्याचप्रमाणे बहिष्कृत वर्गात दिसून येत असलेली विचारक्रांतीही तशीच अपूर्व आहे. आजवर आपल्या लोकांस वाटत होते की, आपली वाईट स्थिती होण्याचे कारण आपले दुर्भाग्य होय आणि दुर्भाग्याला आळा घालणे आपल्या हाती नसल्याकारणाने आहे ती बिकट स्थिती आपण निमूटपणे सोसली पाहिजे. हल्लीच्या पिढीला मात्र आपली परिस्थिती ईश्वरी लीलेचा परिपाक आहे, असे वाटत नसून ती इतरांच्या दुष्कृत्यांचा परिणाम आहे, असे वाटू लागले आहे.

अशा रीतीने परिषदेची अपूर्वता सभासदांच्या निदर्शनास आणून बहिष्कृत वर्गाच्या स्थितीचे त्यांनी मुद्देसूद पर्यालोचन केले. ज्या हिंदू धर्माचे आपण घटक आहोत; त्या हिंदू धर्माच्या व्यवहारात मनुष्यमात्राचे अतिशय संघट्टण दोन आदितत्त्वांना धरून झालेले दृष्टीस पडते. एक, जन्मसिद्ध योग्यायोग्यता व दुसरी जन्मसिद्ध पवित्रापवित्रता. या दोन तत्त्वांनुरूप हिंदू लोकांची विभागणी केली तर त्यांचे तीन वर्ग होतात. (१) जन्माने सर्वांत श्रेष्ठ व पवित्र ज्याला आपण ब्राह्मणवर्ग असे म्हणतो तो, (२) ज्यांची जन्मसिद्ध श्रेष्ठता व पवित्रता ब्राह्मणापेक्षा कमी दर्जाची आहे, असा जो वर्ग तो ब्राह्मणेतर वर्ग. (३) जे जन्मसिद्ध कनिष्ठ व अपवित्र अशांचा जो वर्ग तो आपला बहिष्कृत वर्ग होय. अशा रीतीने वर्गीकरण करून धर्माने ठरवून दिलेल्या श्रेष्ठतेच्या व पवित्रतेच्या विषम प्रमाणांचा या तीन वर्गांवर काय परिणाम झाला, याचे त्यांनी विवेचन केले. जन्मसिद्ध श्रेष्ठतेमुळे व पवित्रतेमुळे गुणहीन ब्राह्मणाचेदेखील कसे कल्याण झाले आहे, हे त्यांनी सांगितले. ब्राह्मणेतरास जन्मसिद्ध अयोग्यतेचा मारा आहे. त्यांच्यात विद्या नाही म्हणून ते आज मागे राहिले आहेत. तरीपण विद्या व द्रव्य मिळविण्याचे मार्ग त्यांना मोकळे आहेत. ही दोन्ही जरी त्यांचेजवळ आज नसतील, तरी त्यांना ती उद्या मिळणार आहेत. आपल्या बहिष्कृत वर्गाची स्थिती मात्र जन्मसिद्ध अयोग्यतेमुळे व अपवित्रतेमुळे फारच शोचनीय झाली आहे. अनेक दिवस अयोग्य व अपवित्र मानून घेतल्यामुळे नैतिकदृष्ट्या आपल्यातील आत्मबल व स्वाभिमान ही जी उन्नतीची आद्य कारणे; ती अगदी लोपून गेली आहेत. सामाजिकदृष्ट्या हिंदू धर्मीयांप्रमाणे त्यांना हक्क नाहीत. त्यांना शाळेत जाता येत नाही. सार्वजनिक विहिरीवर पाणी भरता येत नाही व रस्त्यावर चालता येत नाही. वाहनाचा उपयोग करून घेता येत नाही. इत्यादी प्रकारच्या कनिष्ठ हक्कांनादेखील ते दुरावले आहेत. जन्मसिद्ध अयोग्यतेमुळे

राजर्षी शाहू छत्रपती : पत्रव्यवहार आणि कायदे । २९

व अपवित्रतेमुळे आर्थिकदृष्ट्या त्यांचे तितकेच नुकसान झाले आहे. व्यापार, नोकरी व शेती हे जे धनसंचयाचे तीन मार्ग आहेत; ते त्यांना खुले नाहीत. विटाळामुळे गिऱ्हाईक मिळत नसल्याकारणाने त्यांना व्यापार करण्याची सोय उरली नाही. शिवाशिवीमुळे त्यांना नोकरी मिळत नाही व कधी-कधी गुणाने योग्य असूनही खालचे जातीचे असल्यामुळे इतर लोक त्यांच्या हाताखाली नोकरी करण्यास कचरतात, म्हणून त्यांना नोकरी मिळणे जड जाते.

याच भावनेमुळे मिलिटरीतून त्यांचा कसा उठाव झाला, हे त्यांनी उदाहरणादाखल विशद करून सांगितले. शेतीच्या मानाने त्यांची तशीच दशा आहे. हाडकी हडवळ्यापेक्षा भुईचा तुकडा विशेष कोणाला आहे; अशा प्रकारे नाडलेल्या समाजाची उन्नती कशी होणार, याचे विवेचन करताना असे सांगण्यात आले की, *नैसर्गिक गुण व सानुकूल परिस्थिती ही दोन उन्नतीची आद्य कारणे आहेत. बहिष्कृत वर्गात नैसर्गिक गुणांची वाण नाही, हे सर्वांस मान्य आहे. परंतु, त्यांचा विकास होत नाही. याचे मूळ कारण त्यांना परिस्थिती सानुकूल नाही, हे होय. परिस्थिती सानुकूल करून घेण्यास अनेक उपाय सुचविले जातात. परंतु, अध्यक्षांनी आपण राजकीय सामर्थ्य संपादिले पाहिजे, असे सुचविले व जातवार प्रतिनिधी मिळाल्याशिवाय आपल्या हाती राजकीय सामर्थ्य येणार नाही, असे त्यांनी सांगितले. शेवटी 'सत्यमेव जयते' हे तत्त्व पोकळ आहे, असे सांगून सत्याचा जय होण्यास आपण आपली चळवळ कायम ठेवली पाहिजे,* असे सांगून त्यांनी आपले प्रास्ताविक भाषण संपविले. नंतर विषयनियामक कमिटी नेमण्यात येऊन पहिल्या दिवसापुरते परिषदेचे काम संपले.

दिवस दुसरा

परिषदेच्या कामास ३ वाजता सुरुवात झाली. त्या प्रसंगी कोल्हापूरचे महाराजांनी हजर राहून सर्व बहिष्कृत वर्गास ऋणी करून सोडिले. आरंभी ईशस्तवनपर व कोल्हापूर महाराजांच्या स्तुतिपर पद्ये मुलामुलींनी गायल्यानंतर महाराजांचे भाषण झाले.*

नंतर खालील ठराव सभेत सर्वानुमते पास झाले.

१) महायुद्धात ब्रिटिश सरकारला व दोस्त राष्ट्रांना जय मिळाल्याबद्दल ही परिषद आनंद व्यक्त करीत आहे.

२) श्रीमन्महाराज शाहू छत्रपती सरकार इलाखा करवीर यांनी आपल्या राज्यात बहिष्कृतांना समानतेचे हक्क देऊन त्यांचा उद्धार करण्याचे सत्कृत्य आरंभिले

---

* या ठिकाणचे महाराजांचे भाषण इथे घेतलेले नाही. ते अन्यत्र त्यांच्या भाषणांच्या संग्रहात पाहावयास मिळते - संपादक

३० । राजर्षी शाहू छत्रपती : पत्रव्यवहार आणि कायदे

आहे. याबद्दल त्यांचा वाढदिवस प्रत्येक बहिष्कृत व्यक्तीने सणाप्रमाणे साजरा करावा, असे या परिषदेचे मत आहे.

३) जे राजे, महाराजे व संस्थानिक बहिष्कृतांच्या उन्नतीसाठी प्रयत्न करीत आहेत, त्यांचे ही परिषद मन:पूर्वक आभार मानिते.

४) दरेक व्यक्तीच्या उन्नतीला सानुकूल सामाजिक परिस्थितीची अत्यंत जरुरी आहे. जन्मसिद्ध अयोग्यता व जन्मसिद्ध अपवित्रता यामुळे हिंदुस्थानातील सामाजिक परिस्थिती बहिष्कृत वर्गाच्या उन्नतीस प्रतिकूल आहे. इतकेच नव्हे तर त्यामुळे हा वर्ग सर्वसाधारण अशा मानवी हक्कांसदेखील दुरावला आहे. बहिष्कृत लोक हे हिंदी साम्राज्याचे घटक आहेत व इतर हिंदी लोकांप्रमाणे त्यांना खालील मानवी हक्क आहेत.

अ) सार्वजनिक रस्ते, विहिरी, तलाव, शाळा, धर्मशाळा तसेच लायसेन्सखाली असलेल्या करमणुकीच्या जागा, भोजनगृहे, वाहने इत्यादी सार्वजनिक सोयींचा उपयोग घेण्याचा त्यांना हक्क आहे.

ब) गुणसिद्ध योग्यतेने त्यांना व्यापार करण्याचा व नोकरी मिळविण्याचा हक्क आहे.

वरील हक्क उपभोगिताना जेव्हा म्हणून अडचण पडेल; त्या वेळी ती दूर करण्यास सरकारने कायद्याने मदत करावी, असे या परिषदेचे मत आहे.

५) प्राथमिक शिक्षण मुलामुलींचा भेद न करिता जितक्या लवकर होईल तितक्या लवकर सक्तीचे व मोफत करण्यात यावे.

६) बहिष्कृत वर्गात शिक्षणाचा प्रसार होणे अत्यंत जरुरीचे आहे. त्याशिवाय त्यांची उन्नती होणार नाही. म्हणून यांच्यात शिक्षणाचा प्रसार डेप्युटी एज्युकेशनल इन्स्पेक्टर त्यांचे हितेच्छू असले पाहिजेत. ज्याअर्थी इतर वर्गांतील माणसे बहिष्कृत वर्गाच्या शिक्षणाकडे दुर्लक्ष किंबहुना अनुदारपणाही दाखवितात; त्याअर्थी वरील प्रकारचे *अधिकाऱ्यांत बहिष्कृत वर्गातील माणसे असावीत, असे या परिषदेचे मत आहे. तसेच बहिष्कृत वर्गाचे मास्तर ट्रेंड होण्यास त्यांना विशेष सवलत देऊन त्यांचा प्रवेश होण्याची सोय सरकारने करावी, अशी या परिषदेची आग्रहाची विनंती आहे. बहिष्कृत वर्गात शिक्षणाचा प्रसार करण्यास दरेक जिल्ह्याला बहिष्कृत वर्गापैकी निदान एक डेप्युटी किंवा असिस्टंट डेप्युटी एज्युकेशनल इन्स्पेक्टर असावा व त्या दर्जाला ट्रेनिंग कॉलेजची थर्ड इयर परीक्षा पास झालेला किंवा मॅट्रिकपर्यंत शिकलेला इसम लायक समजला जावा, असे या परिषदेच मत आहे.*

राजर्षी शाहू छत्रपती : पत्रव्यवहार आणि कायदे । ३१

७) खालसातील ज्याप्रमाणे मुसलमानांना व म्हैसूर संस्थानातील ब्राह्मणेतर व बहिष्कृत वर्गाच्या विद्यार्थ्यांना मध्यम व वरिष्ठ शिक्षणार्थ मुबलक शिष्यवृत्या दिल्या जात आहेत; त्याचप्रमाणे बहिष्कृत वर्गातील विद्यार्थ्यांना ब्रिटिश हद्दीत तशाच शिष्यवृत्त्या मिळाव्या, अशी या परिषदेची आग्रहाची विनंती आहे.

८) सर्वत्र स्पृश्य व अस्पृश्याच्या शाळा एकत्र असाव्या, असे या परिषदेचे मत आहे.

९) हल्ली दिसून येत असलेली महारकी वतनदारांची स्थिती अगदी हलाखीची आहे, असे कष्टाने म्हणावे लागते. या हलाखीची कारणे दोन असावीत, असे या परिषदेस वाटते.

(१) महार वतनदारांना पड वगैरे अगदी गलिच्छ कामे करावी लागत असल्यामुळे त्यांच्या वतनदारीवर कमीपणाची छटा उमटली आहे.

(२) वतनी जमीन वतनदारांत पिढ्यान्‌पिढ्या विभागून जात असल्यामुळे जमिनीचे इतके बारीक तुकडे झालेले आहेत की, दरेक महार वतनदारासपुरेशी पैदास होत नसल्यामुळे त्याची अगदी कंगाल स्थिती झाली आहे. यामुळे वतन पद्धतीत फेरफार करणे अगदी जरूर झाले आहे, असे या परिषदेचे ठाम मत आहे.

महारकी वतन सर्व महार लोकांत विभागून सर्वांनी दरिद्री व कंगाल राहण्यापेक्षा ते वतन थोडक्या लोकांत विभागून त्यांची स्थिती मानास्पद व सुखावह करण बरे,म्हणून माहारकी वतनाची जमीन थोड्याच महारांना मोठ्या प्रमाणावर वाटून देऊन ज्या महारांना अशा प्रमाणावर जमीन विभागल्यामुळे वतनी जमिनीस मुकावे लागे, त्यांना शक्य तेथे पड जमीन रयताव्याच्या नियमाने देऊन त्यांची सोय लावण्यात यावी. हल्ली असलेली वतनी जमीन ज्या महार कुळांस देण्यास येईल, त्यांच्याकडून आपल्या मुलामुलींस साक्षर करून आपल्या दर्जाप्रमाणे राहण्याची अट लिहून घेण्यात यावी.

१०) मेलेल्या जनावरांचे मांस कोणत्याही जातीच्या माणसाने खाणे हा गुन्हा आहे, असे कायद्याने मानले जावे, असा या सभेचा अभिप्राय आहे.

११) तलाठ्याच्या जागांवर बहिष्कृत वर्गांच्या नेमणुका होत जाव्यात, अशी या परिषदेची मागणी आहे.

१२) बहिष्कृत वर्गाच्या उन्नतीकरिता झटत असणाऱ्या बहिष्कृतेतर संस्थांचे अगर व्यक्तींचे कळकळीबद्दल ही परिषद जरी आभारी आहे; तरीपण बहिष्कृत वर्गाचा राजकीय किंवा सामाजिक हितसंचय करण्यास त्यांच्याकडून

जे उपाय सुचविले जातात; ते उपाय या बहिष्कृत वर्गास सर्वस्वी मान्य होतात असे सरकारने समजू नये, असे या परिषदेचे आग्रहाचे सांगणे आहे.

१३) भावी कायदे कौन्सिलात बहिष्कृतांचे प्रतिनिधी त्यांच्या लोकसंख्येच्या व गरजेच्या प्रमाणात त्यांच्या स्वतंत्र मतदारसंघातून निवडून घेण्यात यावेत, अशी या परिषदेची हक्काची मागणी आहे.

१४) ही परिषद भरवून आणण्याचे कामी ज्यांनी परिश्रम केले; त्यांचे व विशेषत: आप्पा दादगौडा पाटील यांचे ही परिषद फार-फार आभार मानिते.

१५) वरील सर्व ठराव त्या-त्या अधिकाऱ्यांकडे व इतर संबंध असणाऱ्या गृहस्थांकडे पाठविण्याचा अधिकार ही परिषद तिच्या अध्यक्षास देत आहे.

परिषदेचा परिणाम

रा. रा. मूकनायक कर्ते यांस,

खालील मजकुरास जागा द्याल अशी आशा आहे. ता. २१ व २२/३/२० इ. रोजी मौजे माणगाव संस्थान कागल येथे दक्षिण महाराष्ट्र अस्पृश्य वर्गाची जी परिषद भरली; तिचा परिणाम सर्व अस्पृश्य समाजास हितकर झाला हे खरे. परंतु स्पृश्य लोकांकडून मात्र महार लोकांच्या त्रासास कारणीभूत झाला असे म्हणावे लागते. श्रीमन्महाराज सरकार करवीर तुम्हाला सर्व तऱ्हेची मदत देऊन तुमचे आयुष्य सुखात घालवितील असे म्हणून अस्पृश्यांना गावात येण्याची, दुकानात माल खरेदी करण्याची व बायका-मुलांस रानात सरपण फाट्यास फिरण्याची व मोटेवर पाणी भरण्याची बंदी होत आहे.

अस्पृश्य लोक जवळचे गावातून माल आणण्याचे करीत असून नदीहून दोन मैलांवरून पाणी आणीत आहेत. महारांची एक विहीर आहे. ती उन्हाळ्यामुळे अगदी कोरडी पडली आहे. वगैरे प्रकारे सध्या लोकांस अगदी गुलामगिरीत दिवस कंठावे लागतात. या परिस्थितीतून सुटका होण्यासाठी या मंडळींनी कागल अधिपतीकडे अर्ज दिल्याचे समजते. तरी अधिपती गरिबांची दाद लवकर लावून घेतील काय? इतरांप्रमाणे अस्पृश्यांसही आत्मा असतो, हे ध्यानी आणून दाद घेणे जरुरीचे आहे.

आजपर्यंत गुलामगिरीस कंटाळून ही घाणेरडी चाल टाकली असताही दुसऱ्या प्रकारची गुलामगिरी भोगावी लागत आहे हे दुर्दैवच म्हणावयाचे. परिषद संपल्यावर दुसऱ्या दिवशी ज्या रयतांची जनावरे मेली ती ज्यांची त्यांनी महारासारखी ओढून टाकली. त्यावरून या गावच्या सर्व लोकांनी महारांविरुद्ध कट केल्याचे समजते. महारांचे पूर्वज घाणेरडी कामे करीत आले म्हणून

राजर्षी शाहू छत्रपती : पत्रव्यवहार आणि कायदे । ३३

त्यांच्या वंशजांनीही ती तशीच करीत राहण्याची हमी घेतली आहे काय? मागे घाणेरडी कामे केली म्हणून अस्पृश्य लेखिले, आता ती सोडली. तेव्हा स्पृश्यांनी ती कामे करून अस्पृश्य बनावे हा क्रम ठरलेलाच आहे. श्रीमन्महाराज आपल्या अमलाखाली अस्पृश्यांवर होत असलेला हा जुलूम काढणार नाहीत तर तो कोण काढणार?

आपला,
ऐंदाळे

(मूकनायक : १० एप्रिल १९२०)

१७

महारांना वतनाच्या गुलामगिरीतून मुक्त करण्याची शाहू महाराजांची उपाययोजना : सनदी नोकर म्हणून नेमणुका

१४ मे, १९२०

महार समाज आपल्या 'वतना'च्या गुलामगिरीत खितपत पडला होता. 'महार वतना'च्या जमिनीच्या लहान-लहान तुकड्यांचा मोह त्याला सोडवत नव्हता. यावर शाहू महाराजांनी उपाययोजना काढली. ती म्हणजे कसबा करवीरातील समस्त गावांच्या समस्त महारांच्या जमिनी एकत्र करायच्या; त्यांच्यापैकी मोजक्याच लोकांमध्ये त्या जमिनीचे प्रत्येक कुटुंबाचा उदरनिर्वाह चालेल अशा पद्धतीने फेरवाटप करायचे; या मोजक्या लोकांना सरकारी सेवेत दाखल करून बाकीच्या समस्त महारांना वतनाच्या जुलमी कामातून मुक्त करायचे. कसबा करवीरच्या समस्त महारांनी या योजनेस संमती दिल्यानंतर महाराजांनी १६ निवडक महारांची सरकारी नोकर म्हणून नेमणूक केली. या नोकरांनी खुद्द हुजूर स्वारी, आईसाहेब महाराज, युवराज व जरूर पडल्यास श्रीमहालक्ष्मी करवीर निवासिनीकडेही नोकरी करायची होती. राज्यातील 'महार वतन' खालसा करण्यापूर्वीची महाराजांची ही प्रायोगिक उपाययोजना होती.

श्रीशंभू भवानी

श्री

महादेव

श्री

श्री तुळजाभवानी ।

चांद्रीलेखेव

वर्धिष्णुर्जनानंदप्रदायिनी

शाहूछत्रपतेर्मुद्रा शिव सूनोर्विराजते ॥

स्वस्तिश्री राज्याभिषेक शके (२४७) रौद्रनाम संवत्सरे वैशाख बहूल
१० दशमी रोज गुरुवासरे क्षत्रिय कुलावतंस *श्रीमन्महाराज शाहू छत्रपती स्वामी*
यांनी सदू तुकाराम बनगे यांस आज्ञा केली. ऐसीजे :-

महार लोक गावचे उत्पत्तीपासून आजपर्यंत गावचे लोकांची व सरकारची
इमाने इतबारे नोकरी करीत आले. परंतु, आजपर्यंत त्यांना कोणीही उन्नतीचा मार्ग
दाखविला नाही. नेहमी त्यांना हीन स्थितीत व दास्यात ठेवून अमानुषपणाने
वागविल्याचे दिसून आले आहे. अशा स्थितीत त्यांनी आपले इमान व राजनिष्ठा
यत्किंचितसुद्धा ढळू दिली नाही. ते मानवी प्राणी आहेत व मनुष्याला मनुष्याप्रमाणे
वगाविण्याचे तत्त्वास अनुसरून सदर लोकांना दास्यापासून मुक्त करणे व त्यांना
शिक्षण देऊन सुसंस्कृत करून श्रेष्ठ पदास पोहोचविणे हे हल्लीचे सुधारणेच्या
काळात आद्य व पवित्र कर्तव्य आहे, असे स्वामींनी ध्यानी आणून कसबा करवीर
येथील महार लोकांस एकंदर उत्पन्न जमीन १२९ एकर आठ गुंठे १२९६८
आकार रुपये ४९७ चे आहे; त्यास हल्ली नंबर ९ चे कागदी 'समस्त महार'
याचे नाव दाखल आहे. ते महार लोकांनी एकवाक्यतेने कबुली दिल्याने कमी
करण्यात येऊन सरकारी कामास १६ इसम नेमून देण्याचे ठरविले असून, त्यांची
नावे खाली दिली आहेत –

१.	बाबुराव रामराव कांबळे	२.	कृष्णराव परशराम कांबळे
३.	नागोजी तिपाजी कांबळे	४.	रामू शंकर कोले
५.	सदू तुकाराम बनगे	६.	जोती नायकू वनगे
७.	लिंबारी संतू लिगाडे	८.	जोती सुभाना लिगाडे
९.	बाळाजी चोळाजी काळे	१०.	नामू राणोजी काळे
११.	मसू मानाजी काळे	१२.	मसू लक्ष्मण काळे
१३.	आबा जकू सरनाईक	१४.	सदू राणोजी सरनाईक
१५.	भाऊ तुळसा कालेकर	१६.	तुळसाप्पा संतराम सरनाईक

या १६ इसमांपैकी तुम्ही एक असल्याने तुम्हास करवीर येथील 'समस्त महारांचे' जमिनीपैकी ८ एकर ३ गुंठे ८६३ जमीन वंशपरंपरा नोकरी इनाम देण्यात आली आहे. सरकारी नोकरीस नेमून दिलेले सोळा इसम जबाबदार राहतील, त्याप्रमाणे तुम्ही व तुमचे पुत्रपौत्रादी वंशज जबाबदार राहून स्वामिसेवा इमाने इतबारे व एकनिष्ठेने करावी.

तुमचे इनाम जमिनीस, इतर इनाम जमीन धारण करणारे म्हणजे सनदी शिलेदार, कोटकरी व हुजूर सनदी वगैरे इसमास जे नियम लागू आहेत, तेच नियम लागू होतील.

नेमून दिलेल्या १६ इसमांनी सरकारी नोकरी करण्याची आहे. खुद्द हुजूर स्वारी, आईसाहेब महाराज, युवराज महाराज यांजकडे नोकरी करण्याची आहे. तसेच जरूर पडल्यास त्यांनी श्रीमहालक्ष्मी करवीर- निवासिनीकडेही नोकरी करण्याची आहे. सरकारी टपाल व वर्दी करण्याची आहे. खुद्द राजघराण्यातील धाकटे बंधू अगर धाकटे राजपुत्र व राजकन्या व त्यांचे वंशज यांचेकडेही करण्याची नाही. त्याचप्रमाणे रयतेच्या कामगाराची अगर अधिकाऱ्याची दिवाणापासून तहत गावच्या पाटलापर्यंत कोणाचीही नोकरी असली, तरी त्यांनी ती हक्काने म्हणून करून घेण्याची नाहीं. त्यांनी पडेल ती मजुरी देऊन वाटेल त्या इसमाकडून करून घ्यावी. मग तो मनुष्य हिंदू, मुसलमान, ब्राह्मण, महार, मांग, मराठा, जैन, लिंगायत कोणीही असो. नोकरीकरिता नमूद करून घेतलेल्या १६ इसमांस सनदी शिलेदार व हुजरे यांचे दर्जाप्रमाणे वागविण्याचे आहे. त्यास गावकामगार यांनी कोणतेही घरगुती काम सांगण्याचे नाही.

नेमून दिले इसमास तसेच तुम्हास आता भरपूर वेतन मिळाले असल्याने आपापल्या वंशजाची उन्नती करून घेण्यास सुलभ मार्ग करण्यात आला आहे. तरी ते आपली पिढी सुशिक्षित करून श्रेष्ठ पदास पोहोचतील, असा स्वामींस पूर्ण भरवसा वाटत आहे.

महार लोकांची संख्या सरकारी नोकरीसाठी मर्यादित करण्याकरिता स्वामींनी ही योजना केली आहे. तरी यापुढे आजवरच्या अनिष्ट चालीने गलिच्छ कामासाठी अगर वेठवरळा करण्यासाठी महार जातीचे लहानापासून ते थोरापर्यंत सर्व स्त्री-पुरुषांस वतनी बंधनास चिकटून राहावे लागणार नाही. त्यांचे उन्नतीचे मार्गांत असलेला हा अडथळा दूर करण्यात आल्याने त्यांच्या खऱ्या उन्नतीला लवकरच प्रारंभ होऊन मानवी प्राण्यांत त्यांची गणना चांगले पदास पोहचेल, अशी स्वामींस पूर्ण उमेद आहे. तरी तुम्ही तुमचे पुत्रपौत्रादी स्वामिकार्य एकनिष्ठेने करून आपले वंशज सुशिक्षित करून घेण्यासाठी स्वामींनी कृपाळूपणे तुम्हास सुसंधी उदात्त हेतूने दिली आहे.

तरी तिचा उपयोग करून तुम्ही व तुमचे पुत्रपौत्रादी स्वामिसेवा उत्तम प्रकारे करून वंशपरंपरा जमीन अनुभवून सुखरूप राहणे. जाणिजे.

'निदेश समक्ष'.*

(गंगाराम कांबळे संग्रह)

॥ १८ ॥

'मूकनायक'चा स्पेशल अंक : डॉ. बाबासाहेबांचे पत्र

१३ जून १९२०

अस्पृश्य समाजावर होणाऱ्या अन्याय-अत्याचारास वाचा फोडण्यासाठी व अस्पृश्य वर्गास जागे करण्यासाठी डॉ. बाबासाहेब आंबेडकरांनी १९२० साली 'मूकनायक' हे वृत्तपत्र सुरू केले. बाबासाहेबांच्या या वृत्तपत्रास शाहू महाराजांचा उदार आश्रय मिळाला. तत्पूर्वीच माणगाव व नागपूर परिषदांच्या निमित्ताने हे दोन नेते एकमेकांजवळ आले होते.

त्यांच्या ठिकाणी परस्परांविषयी आदर उत्पन्न झाला होता. या पार्श्वभूमीवर बाबासाहेबांनी महाराजांच्या वाढदिवसानिमित्त (२६ जून १९२०) 'मूकनायक'चा 'स्पेशल अंक' काढण्याचे योजिले. त्यासाठी आपण स्वत: कोल्हापुरास येत आहोत, असे बाबासाहेबांनी महाराजांना लिहिले आहे. पत्रातील काही शब्द अस्पष्ट झाले असल्याने ते कंसात टाकले आहेत.

मूकनायक अंक
परळ, मुंबई
१३-६-१९२०

श्रीमन्महाराज शाहू छत्रपती, करवीर
हुजुरांचे सेवेशी –

माणगावच्या व नागपूरच्या सभेत पास झालेल्या ठरावास अनुसरून ता. २६ जूनचा दिवस आपला वाढदिवस म्हणून सर्वत्र साजरा करण्यात येणार आहे. त्याच दिवशी आपुल्या आश्रयाखाली निघत असलेल्या 'मूकनायक'चा स्पेशल अंक काढण्याचे नियोजित झाले आहे. त्यात हुजुरांचा फोटो तसेच आपल्या कारकिर्दीतील (कार्याची) उज्ज्वल साग्र रूपरेखा देण्यात येणार आहे. यास्तव (कुल) अमदानीची

---

* ही अक्षरे खुद्द छत्रपतींच्या हातची - संपादक

राजर्षी शाहू छत्रपती : पत्रव्यवहार आणि कायदे । ३७

इत्थंभूत हकिकत मिळण्याबद्दल मी एक वेळा विनंती केली होती. पण, अद्यापि हाती आलेली (नाही).

याबद्दल दिलगिरी वाटते. दिवस अगदी थोडे उरले (आहेत). तेव्हा मी स्वत: येऊन अवश्य असलेली माहिती गोळा करण्याचे ठरविले आहे. या उद्देशास्तव मी आज संध्याकाळी (कोल्हापूरला) येण्याकरिता निघत आहे. मंगळवारी संध्याकाळी पोहोचेन. हुजुरांच्या दर्शनाचा लाभ होईलच.

आपला कृपाभिलाषी
भीमराव आंबेडकर

(माणगाव परिषद विशेषांक)

११

डॉ. आंबेडकरांच्या विषयी सर पीज यांना शाहू महाराजांची विनंती

२३ जून १९२०

१९२०च्या जुलै महिन्यात डॉ. बाबासाहेब आंबेडकर उच्चविद्याभ्यासासाठी इंग्लंडला गेले. विद्याभ्यासाबरोबर तेथील पुढाऱ्यांच्या भेटी घेऊन हिंदुस्थानातील ब्राह्मणेतर अथवा मागासवर्गीय चळवळीबद्दल त्यांचे अनुकूल मत करणे, हाही उद्देश ते बाळगून होते. त्या दृष्टीने शाहू महाराजांनी त्यांचा परिचय इंग्लंडमधील एक पुढारी व आपले मित्र सर अल्फ्रेड पीज यांना या पत्राद्वारे करून दिला आहे. हिंदुस्थानातील ब्राह्मण आणि ब्राह्मणेतर समाज यामधील फरक, ब्राह्मण ब्यूरॉक्रसीचे दुटप्पी वर्तन याविषयीची वस्तुस्थिती डॉ. आंबेडकर आपणासमोर मांडतील, असेही महाराजांनी पीजना लिहिले आहे.

CHHATRAPATI MAHARAJA OF KOLHAPUR

जय भवानी

Kolhapur
23rd June, 1920

My dear Sir Alfred Pease,

This is to introduce to you my friend Dr. Ambedkar who belongs to one of the untouchable communities namely the

Mahars. He is a Ph.D. of the Columbia University, New York and has been a Professor at Sydenham College of Commerce and Economics in Bombay. He is coming to England for study at the London School of Economics and at the Inns of court.

He will explain to you the difference between the Backward Classes and Brahmin bureaucracy. Also he will tell you what suffering one, who tries to sympathise, has. to undergo at the hands of the bureaucratic brahmins who claim to have been a democratic people. The non-brahmins have failed to get a hearing from the several administrations in India, but they hope to find sympathy at the hands of the British public. May I therefore request you to give Dr. Ambedkar a patient hearing and such help as you can conveniently render?

With apologies for troubling you, Believe me,

Yours sincerely,
Sd/-
Shahu Chhatrapati

(मराठी अनुवाद)

छत्रपती महाराजा : कोल्हापूर
जय भवानी

कोल्हापूर
२३ जून १९२०

प्रिय मित्र अल्फ्रेड पीज,

माझे मित्र डॉ. आंबेडकर यांची आपणास ओळख करून द्यावी, म्हणून मी हे पत्र लिहीत आहे. डॉ. आंबेडकर हे महार या अस्पृश्य समाजातील आहेत. ते न्यू यॉर्कच्या कोलंबिया विद्यापीठाचे पीएच.डी. असून, सध्या मुंबईच्या सिडनहॅम कॉलेज ऑफ कॉमर्स ॲन्ड इकॉनॉमिक्स यामध्ये प्रोफेसर आहेत. इंग्लंडच्या इन्स ऑफ कोर्टमध्ये आणि लंडन स्कूल ऑफ इकॉनॉमिक्समध्ये अभ्यास करण्यासाठी ते इंग्लंडला येत आहेत. ते आपणास मागासवर्गीय समाज व ब्राह्मण नोकरशाही यांच्यामधील फरक स्पष्ट करतीलच.

तसेच स्वत:ला लोकशाहीवादी म्हणवून घेणारे ब्राह्मण नोकरशहा मागासवर्गीयांना

राजर्षी शाहू छत्रपती : पत्रव्यवहार आणि कायदे । ३९

सहानुभूती दाखविणाऱ्यांना कसा त्रास देतात, तेही ते आपणास सांगतील. हिंदुस्थानातील ब्रिटिश राज्यकर्त्यांना आपले म्हणणे पटवून देण्यात ब्राह्मणेतर मंडळी अयशस्वी ठरली आहेत. पण (इंग्लंडमधील) ब्रिटिश लोकांना आपल्याबद्दल सहानुभूती वाटेल, अशी त्यांना आशा वाटते. म्हणून मी आपणास विनंती करू इच्छितो की, आपण डॉ. आंबेडकरांचे म्हणणे शांतपणे ऐकून घ्यावे आणि त्यांना आपल्या परीने शक्य होईल तेवढी मदत करावी.

तसदीबद्दल क्षमा असावी.

आपला,

शाहू छत्रपती

(श्री. विजय सुरवाडे संग्रह)

॥ २० ॥

लो. टिळक यांच्यावर खटला भरण्याचा शाहू महाराजांचा मनोदय : डॉ. आंबेडकरांना पत्र

८ जुलै, १९२०

या पत्रास थोडा इतिहास आहे. १९२० साली लो. टिळकांनी 'महार ही गुन्हेगार जमात आहे,' असे उद्‌गार काढल्याचे प्रसिद्ध झाले होते. या त्यांच्या उद्‌गाराबद्दल त्यांच्यावर फौजदारी/दिवाणी खटला दाखल करता येईल का, अशी विचारणा शाहू महाराजांनी डॉ. आंबेडकरांना केली होती. त्यावर या प्रकरणातून फारसे काही निष्पन्न होणार नाही, असा अभिप्राय त्यांनी कळविला होता. (या वेळी ते इंग्लंडला जाण्याच्या तयारीत होते.) त्याला प्रत्युत्तर म्हणून महाराजांनी हे पत्र पाठविले आहे.

त्यात महाराजांनी म्हटले आहे की, हा खटला उभा राहील की नाही, यापेक्षा या खटल्याने इंग्लंडमध्ये त्यांच्या (डॉ. आंबेडकर यांच्या) नावाची चर्चा होईल, हे महत्त्वाचे आहे. हिंदुस्थानातील वर्णवर्चस्ववादी ब्राह्मणी नेतृत्वाशी दोन हात करणारा अस्पृश्यांचा नेता म्हणून डॉ. आंबेडकरांची प्रतिमा उदयास यावी, हाच महाराजांचा हेतू यांतून स्पष्ट होतो. त्याचबरोबर ते सामाजिक चळवळ कशी डावपेचाने चालवीत होते, याचेही दर्शन येथे होते.

४० । राजर्षी शाहू छत्रपती : पत्रव्यवहार आणि कायदे

Kolhapur
3/8 July, 1920

My dear Dr. Ambedkar,

Thanks for your letter of the 28th ultimo. I think the prosecutions should be undertaken even if they are sustainable or not. It is not point if the prosecutions are sustainable or not. The point is that you should become known in England when every one will enquire who started these famous prosecutions.

Yours sincerely,
Sd/-
Shahu Chhatrapati

(मराठी अनुवाद)

कोल्हापूर
३/८ जुलै १९२०

प्रिय डॉ. आंबेडकर

तुम्ही मागील महिन्याच्या २८ तारखेला पाठविलेल्या पत्राबद्दल मी आभारी आहे. मला असे वाटते की खटला उभा राहिला की नाही, यापेक्षा खटला दाखल करणे जास्त महत्त्वाचे आहे. खटला उभा राहील की नाही, हा मुद्दाच नाही. मुद्दा असा आहे की, त्या निमित्ताने तुमचे नाव संपूर्ण इंग्लंडभर होईल आणि हा प्रसिद्ध खटला कोणी दाखल केला, याचीच चर्चा इंग्लंडमधील प्रत्येक जण करू लागेल.

आपला,
शाहू छत्रपती

(कोल्हापूर पुरालेखागार, शाहू दप्तर, कागद क्र. R 12030)

३१ २१ ३१

शाहूराजांचे एक आगळे दर्शन : लठ्ठ्यांना पत्र

२७ जुलै, १९२०

सत्यशोधक कार्यकर्ते आण्णासाहेब बाबाजी लठ्ठे यांच्यावर १९१४ साली कोल्हापुरात 'डांबर प्रकरणा'त बालंट आल्यावर दरबारातील कारस्थानी लोकांच्या

तडाख्यातून आपला बचाव करण्यासाठी त्यांना संस्थानातून परागंदा व्हावे लागले होते. असे झाले, तरी लठ्ठ्यांच्या मनातील शाहू महाराजांविषयी आदरभावना नष्ट झाली नव्हती. तसेच त्यांचे बहुजनाच्या उद्धाराच्या चळवळीतील कार्य सातत्याने निष्ठेने चालूच राहिले होते. कालांतराने महाराजांच्या ध्यानात आले की, लठ्ठ्यांना आपल्या राज्यात नाहक मनस्ताप सहन करावा लागला, तेव्हा त्यांनी त्यांच्याकडे 'बिनशर्त माफीपत्र' पाठवून त्यांची माफी मागितली. आपल्या चुकीबद्दल निर्मळ पश्चात्ताप व्यक्त करून खुल्या दिलाने लठ्ठ्यांची माफी मागणाऱ्या या राजाचे एक आगळे दर्शन हे पत्र घडवून जाते. पत्रात लठ्ठ्यांची उदात्त विचारसरणी, कडवी देशभक्ती आणि गरीब व निराश्रित लोकांच्या साहाय्यास धावून जाण्याची वृत्ती या गुणांचा त्यांनी मुक्तकंठाने गौरव केला आहे.

CHHATRAPATI MAHARAJA OF KOLHAPUR

जय भवानी

Hubli
27th July, 1920

My dear Mr. Latthe

Having every hope of unreservedly forgiven, I request permission to apologize for the trouble you had in Kolhapur. I was led astray by Sovani, Karmarkar, Mhaiskar, Chiprikar, Patil and Kallappa and others. But by your acts you have made me ashamed of myself and hence this unreserved apology. I shall feel obliged for kindly accepting it and your continuing to be a friend as before.

This is an instance to be remembered how a Brahman makes even friends and relatives of a man fight with him. We will of course take more care after this to guard against the insinuations of our so called friends and avoid misunderstanding. Who will take back to confess one's real mistake to you, when your noble and great thoughts, your vehement patriotism, your ever readiness to work for the cause of our country and above all your earnest desire to help the poor and the deserted are taken into consideration?

Yours sincerely,
Sd/-
Shahu Chhatrapati

४२ । राजर्षी शाहू छत्रपती : पत्रव्यवहार आणि कायदे

(मराठी अनुवाद)

छत्रपती महाराजा : कोल्हापूर

जय भवानी

हुबळी

२७ जुलै, १९२०

प्रिय श्री लठ्ठे,

तुम्ही मला नि:संकोचपणे माफ केले आहे, अशी आशा मनाशी बाळगून मी तुम्हास कोल्हापूर येथे झालेल्या त्रासाबद्दल खेद व्यक्त करतो. सोवनी, करमरकर, म्हैस्कर, चिप्रीकर, पाटील व कल्लाप्पा आणि इतरांनी माझी दिशाभूल केली. पण, तुमच्या कृतीमुळे मला माझीच लाज वाटू लागली. म्हणूनच ही निरपेक्षपणे दिलगिरी व्यक्त करीत आहे. तुम्ही माझा स्वीकार केलात व आपली मैत्री पूर्ववत राहिली, तर मी आपला उपकृत राहीन. एखादा ब्राह्मण कशा प्रकारे एखाद्या व्यक्तीची त्याच्याच नातेवाइकांसोबत किंवा मित्रांसोबत भांडणे लावून देऊ शकतो, याचेच हे उदाहरण आहे. इथून पुढे आमच्या या तथाकथित मित्रांच्या सूचनांपासून सावध राहण्याची आम्ही काळजी घेऊ व गैरसमज टाळण्याचा प्रयत्न करू.

तुमचे उदात्त व महान विचार, तुमचे जाज्वल्य देशप्रेम, देशहितासाठी सर्वस्व वाहण्याची तुमची तयारी व गोरगरिबांना मदत करण्याची तुमची कळकळ या गोष्टी लक्षात घेऊन कोणास आपल्या चुकीचा कबुलीजबाब तुम्हांस द्यावासा वाटणार नाही?

आपला,

शाहू छत्रपती

(श्री. मद्रण्णाकृत स्व. अण्णासाहेब लठ्ठे : जीवन व कार्य)

२२

मनाचा मोठेपणा दाखविणारे लठ्ठ्यांचे शाहू महाराजांना पत्र

२८ जुलै १९२०

हुबळीहून शाहू महाराजांनी बेळगाव मुक्कामी असणाऱ्या अण्णासाहेब लठ्ठ्यांना जे माफीपत्र पाठविले होते, त्यास त्यांनी तत्परतेने उत्तर पाठविले. हे उत्तराचे पत्र

राजर्षी शाहू छत्रपती : पत्रव्यवहार आणि कायदे । ४३

वाचल्यानंतर लठ्ठ्यांच्या मनाची तयारी व मोठेपणा पाहून विस्मय वाटतो. या पत्रातून लठ्ठ्यांची करवीर गादीविषयीची श्रद्धा, महाराजांविषयीची आदरबुद्धी, कृतज्ञता, गतकाळातील कटू गोष्टींकडे पाहण्याची तटस्थ वृत्ती ही त्यांच्या व्यक्तिमत्त्वाची वैशिष्ट्ये नजरेत भरतात.

मूळ पत्र इंग्रजीत असून, त्याचा शोध कोल्हापूर पुरालेखागारात घेतला. पण, तेथे ते मिळू शकले नाही. म्हणून श्री. यशवंत दादा मद्वण्णा यांच्या 'स्वर्गीय अण्णासाहेब लठ्ठे : जीवन व कार्य' या पुस्तकात त्यांनी या पत्राचा दिलेला मराठी भावार्थ या ठिकाणी दिलेला आहे.

बेळगाव,
२८-७-१९२०

महाराजांच्या अनुग्रहार्थ सादर –

मला हे कबूल केले पाहिजे की, आपल्या कालच्या पत्रातील औदार्याने ओथंबलेले शब्द मला वाचवले नाहीत. मी कित्येक दिवसांपूर्वीच त्या १९१४ सालच्या दुर्दैवी घटना साफ विसरून परत त्यापूर्वीच्या सुखद घटनास्मृती तेवढ्याच तेवत ठेवाव्यात असे ठरविले होते. आपण ख्यातनाम छत्रपतींच्या घराण्याचे आज वारस आहात. या मातीनेच मला आत्यंतिक प्रक्षोभाच्या व मोहाच्या क्षणी सावरले. वस्तुत: आपण कालच्या पत्रात मला गुदमरून टाकणारी प्रेमभावना व्यक्त केली आहे. त्याची काहीच आवश्यकता नसावी. तथापि, महाराजांनी या पत्रामध्ये जो संपूर्ण विश्वास व्यक्त केला आहे, त्याबद्दल मी आपला अत्यंत ऋणी आहे. त्या औदार्याला जरी मी पात्र नसलो आणि जरी तसे आपण मला लिहावे हे आवडत नसले, तरी *एका गोष्टीचा मला अभिमान व आनंद वाटतो की, शेवटी माझी निष्ठा महाराजांच्या पूर्ण लक्षात आली आहे.*

आपल्या पत्राचे उत्तर म्हणून मी एवढेच आपल्याला सांगू इच्छितो की, *आपण ज्या प्रेमाचा वर्षाव केला आहे, त्याला पात्र ठरून आपल्या 'कोल्हापूर' गादीची मनोभावे सेवा करण्याकरिता माझी थोडीशी ताकद आहे ती मी जरूर वापरीन.*

१९१४ साली ज्या दुर्दैवी घटना घडल्या त्या संदर्भात माझे महाराजांशी मतभेद नव्हते किंवा त्याबद्दल मी महाराजांवर कधी टीका केली नाही, असे भासविण्याचा मी प्रयत्न करणार नाही. पण, महाराजांना मनापासून आश्वासन देऊ इच्छितो की, सर्व सुखदु:खे अढळ अशा नियमांचे निकाल असतात. म्हणून माणसाने जाज्वल्य अशा निष्ठेची कास धरावी, हे मी ठरवून टाकले आहे. मैत्रीच्या भावनेत समानतेचा भाग येतो. आपण मला मित्र मानत आहात. पण, तुमच्याशी

४४ । राजर्षी शाहू छत्रपती : पत्रव्यवहार आणि कायदे

मैत्री करण्याइतपत मी मोठा समजत नाही. महाराजांना मी विनंती करतो की, *केव्हाही सेवेचा हुकूम करावा. ती सेवा तितक्याच निष्ठेने महाराजांच्या चरणी रुजू होईल.* हे पत्र मनामध्ये कोणताच संकोच न ठेवता लिहिले आहे.

आपला विश्वासू
अ. बा. लट्ठे

(श्री. मद्रण्णाकृत स्व. अण्णासाहेब लट्ठे : जीवन व कार्य)

ॐ २३ ॐ

'लोकमान्य' आंबेडकरांना शाहू महाराजांचे पत्र

सन १९२० (?)

शाहू महाराजांनी डॉ. बाबासाहेब आंबेडकरांना लिहिलेले हे एक महत्त्वाचे पत्र. त्यावर तारीख नाही. पण ते माणगाव परिषदेनंतर (मार्च १९२०) व बाबासाहेबांच्या इंग्लंडच्या प्रवासापूर्वी (जुलै १९२०) या दरम्यान लिहिलेले आहे. पत्राचा मायना मोठा आशयपूर्ण आहे. लो. टिळकांच्या हयातीतच त्यांची 'लोकमान्य' ही पदवी महाराजांनी बाबासाहेबांना लावली आहे. त्यात हिंदुस्थानातील अस्पृश्य वर्गाचेच नव्हे तर समस्त मागासवर्गीय समाजाचे डॉ. आंबेडकर हे 'लोकमान्य' पुढारी होतील, असा आशावाद व्यक्त झालेला आहे. बाबासाहेबांविषयी महाराजांना किती प्रचंड विश्वास होता, याचे हे द्योतक आहे. हा विश्वास म्हणजे एक सामाजिक द्रष्टेपण होते. पत्राचे दुसरे वैशिष्ट्य म्हणजे त्यात अस्पृश्यांविषयीचे महाराजांचे खरे हृद्‌गत प्रकट झाले आहे. अस्पृश्यांची अस्मिता नष्ट होण्यास ब्राह्मण वर्गाची जबरदस्त 'डेस्पॉटिक ब्यूरॉक्रसी' कारणीभूत आहे, असे त्यांचे प्रतिपादन आहे.

कोल्हापूर संस्थानातील महार समाजाच्या वतनाची काही खास व्यवस्था करण्याची योजना महाराजांनी आखली होती. त्यासाठी महार लोकांचे सहकार्य मिळवून देण्याच्या कामी डॉ. बाबासाहेबांनी कोल्हापुरास यावे, असे महाराजांनी या पत्रात म्हटले आहे.

रा. लोकमान्य आंबेडकर यांसी,

सप्रेम लोभाची वृद्धी असावी, ही विनंती विशेष –

आज बरेच दिवसांपासून अस्पृश्य लोकांबद्दल आपल्यास विनंती करावी असा

विचार होता, परंतु आज पत्रद्वारे लिहीत आहे. आपण पत्र वाचून मन:पूर्वक मदत कराल अशी इच्छा आहे.

आजकाल सर्व अस्पृश्य लोकांचा 'स्पिरीट' नाहीसा झाला आहे व त्यातल्या त्यात विशेषत: महार लोकांचा! सेल्फरिस्पेक्टचा त्यांना स्पर्शदेखील नाही. आपण मनुष्य आहो किंवा पशूहून नीच आहो, याची कल्पना एक फर्लांग अंतरावरून त्यांच्याभोवती फिरते; परंतु त्यांना स्पर्शदेखील करत नाही. मग त्यांच्या मनात कोठून येणार? याचे कारण काय? असे विचार करता मला असे वाटते की, एकतर त्यांना विद्यादान देणारा कोणीही नाही. एखादा माईचा पूत जर देण्यास तयार झाला तर ते घेण्यास कबूलही नाहीत. मी शिरोळ मुक्कामी सर्व महार माझे बंगल्यात बोलविले व मोटरीतून माझ्याबरोबर फिरण्यासही नेले, परंतु याविषयी त्यांना कसलेच प्रेम वाटले नाही. मात्र, मला म्हणाले, "नको, नको, आम्हाला जवळ बोलवू नका." जणू काय त्यांना बोलविण्यात मी मोठा अपराधच केला व याचे कारण काय? तर ब्राह्मणांनी केलेली जुलमाची जबरदस्त 'डेस्पॉटिक' ब्यूरॉक्रसी व त्यांचे नियम, समस्त महार अगर अस्पृश्य असे त्यांचे नावा (मागे) लावणेचे. १६ किंवा २० एकरांत जवळजवळ १००-१५० महार असतात. दोन-दोन, चार-चार आरे जमीन वाटणीस येते. असे मात्र कुलकर्ण्यांच्या अगर जोश्यांच्या वतनास नाही हो! समस्त हे नाव मात्र अस्पृश्यांकरिता, कारण पाच किंवा सहा आऱ्यांत पोट भरत नाही, पाच-सहा आऱ्यांकरिता एक कुटुंब अडकून पडते, त्याशिवाय बलुत्याच्या मिषाखाली त्यांना रयतेचे काम करावे लागते. थोडेबहुत मिळतेही, परंतु पाटील, कुलकर्णी हे फुकट काम चोपून घेतात. इतकेच नव्हे, पाटील, कुलकर्ण्यांचे इष्ट-मित्र, पोलीस व पोलीस अधिकारी व त्यांचें मित्र, एज्युकेशन, रेव्हेन्यू वगैरे खात्यांचे लोक व त्यांचे इष्टमित्र वकील वगैरे यांचीसुद्धा लाकडे फोडणे, फुकट जोडे करणे, मांगांनी दोरखंडे आणून देणे असे फुकट की हो वरील टोळ या गरिबांवर चरतात. हल्ली कोल्हापुरातील काही वकील, ज्योतिषी पुण्यास राहतात. परंतु, त्यांची घरेदारे पाहावीत तो कोल्हापुरात नाहीत. ती खेड्यांवर, कारण बिचाऱ्या अस्पृश्यांनी वकीलसाहेबांच्या घरात फुकट कामे करावयाची. दुसऱ्या रयतांनी वकिलांच्या जमिनीस १०० रु. दिले, तर खोडसाळपणा करून त्यांच्यावर पुन्हा कर्ज करणेचेच. जमिनीची खरी लागवड ८० रु. सुद्धा नसावयाची व पुन्हा रयतेचे व अस्पृश्याचे भांडण लावून वकिली घेऊन पैसा घ्यावयास तयारच! उदाहरणार्थ : सांगावचा वकील. सांगावच्या रयतेचा वकील. शिरोळचा कुलकर्णी त्याचा सावकार. सांगावच्या कुलकर्ण्याचे शिरोळचे कुलकर्णी मेहुणे! पै जज्ज तर ब्राह्मणच. निकाल तर रयतेच्या विरुद्धच. पुन्हा अस्पृश्यांना धमकीची तयारीच. पाहिले का? जर फुकट काम न कराल तर दाखवू हिसका! असे म्हणून

त्या बिचाऱ्याकडून फुकट काम घेणेचे. अशा केसीस स्पेशल रेव्हिन्यू इन्क्वायरीबेंच पुढे पुष्कळ आलेल्या आहेत. गव्हर्नमेंटला या गोष्टी कशा कळणार? या सर्वांचे कारण जमिनीचे ३।३, ४।४ आरे वाटणीस आल्याकारणाने व बलुत्याकरिता सर्व लोकांकडे भिक्षा मागावी लागल्याकारणाने त्यांचा 'स्पिरीट' व 'सेल्फ रिस्पेक्ट'अगदीच नाहीसा झाला आहे. त्यांच्यावरील जुलूम कमी व्हावा म्हणून दुसरी योजना अशी केली आहे. ती अशी की ४।४, ६।६, आरे येतात; ते मोडून पाटील, कुलकर्ण्यांसारखे ६।६, ४।४, एकरांचे तुकडे करून त्या-त्या माणसाच्या नावे खाती करावीत, म्हणजे दोन-चार फॅमिलीचे पोट चांगल्या तऱ्हेने भरेल व अस्पृश्यावर होणारी 'ब्यूरॉक्रसी', 'डेस्पॉटिझम्' ही कमी होईल. सनदी शिपायासारखी ४।६ महारांची घरे असल्यावर त्यांच्यावर 'ब्यूरॉक्रसी' करता येणे शक्य नाही, परंतु त्यांना ही गोष्ट आवडत नाही. तेव्हा आपण आपले काही पुढारी घेऊन कोल्हापुरास येऊन मी म्हणतो याप्रमाणे अस्पृश्यांची व्यवस्था लावाल, अशी इच्छा बाळगतो. या सत्य व स्तुत्य कार्यास आपण झटाल, अशी इच्छा आहे.

एक गोष्ट विसरून राहिली. ती ही की, अस्पृश्यांना चोऱ्या करण्यास शिकवितो तो कोण? तर ही 'ब्यूरॉक्रसी'; जावा, दोऱ्या आणा, चमडी आणा, बाभळीची लाकडे आणा, नाहीतर दंड करू. निघाले बिचारे चोऱ्या करण्याला. लावा हजिरी, मग तर पाटील, कुलकर्ण्यांना फावलेच! तरी कृपा करून त्यांचे आपण मन वळवून त्यांची खाती पाटील, कुलकर्ण्यांप्रमाणे ४।४, ६।६ एकरांचे तुकडे करून एक कुटुंब करण्यास मदत कराल अशी उमेद आहे. मागासलेल्या लोकांत जागृती करून त्यांचा उद्धार करण्याचे श्रेय आपण घ्याल काय? दतोबा आर्टिस्ट सर्व हकिकत आपणास तोंडी कळवितील. काही दिवसांपूर्वी चिंचवाड गावची म्हारकीची जमीन रेल्वेत गेली, तेथील महार बलुते बैते, कोणाकडूनही घेत नाहीत. कारण, चारपट काम करून घेण्याचे एकपट मोल द्यावयाचे.

हजारो शिव्या व काठ्या हे बक्षीस! ते आता जमीनही मागत नाहीत. त्याचा परिणाम असा झाला की, त्या गावचे सर्व महार सज्ञान व सधन झाले असून, त्यांच्यात एक प्रकारचा 'स्पिरीट' उत्पन्न झाला आहे, हे मी स्वत: पाहिले आहे. कळावे, बहुत काय लिहिणे. लोभ असावा ही विनंती.

शाहू छत्रपती

(श्री. विजय सुरवाडे संग्रह)

७३ २४ ७३

शाहू महाराजांचे श्रीधरपंत टिळकांना पत्र

३० जुलै, १९२०

लोकमान्य टिळकांच्या शेवटच्या आजारात शाहू महाराजांनी त्यांचे पुत्र श्रीधरपंत यांना पाठविलेले हे इतिहासप्रसिद्ध पत्र. असे पत्र उघडपणे लिहिणे म्हणजे ब्रिटिश साम्राज्य सत्तेचा आपणहून रोष ओढवून घेणे होते. पण, त्याची पर्वा न करता महाराजांनी लोकमान्यांविषयी वाटणाऱ्या अंतरीच्या प्रेमापोटी हा धोका पत्करला होता.

छत्रपती महाराजा : कोल्हापूर

जय भवानी

स्टेशन बंगला
कोल्हापूर
३०-७-२०

राजेश्री श्रीधरपंत टिळक यांसी :

सप्रेम लोभाची वृद्धी असावी ही वि.वि.

लोकमान्यांची तब्येत बिघडली आहे, असे ऐकलेपासून मनास अतिशय वाईट वाटते. त्यांची तब्येत कशी काय आहे, हे आपण रोजच्या रोज तारेने कळवावे. माझे मते त्यांनी गरम हवेत राहावे. मिरजेच्या माझ्या बंगल्यात राहावे व तेथे आल्यावर व्हेल व वॉन्लेससारख्या चतुर डॉक्टरांची मदत होईल व तब्येतीस बरे वाटेल, असे मला वाटते. मी आपणाकडे मि. तोफखाने, मि. विचारे व पोंक्षे यांना पाठविले आहे. कळावे. बहुत काय लिहिणे. लोभ करावा. ही विनंती.

शाहू छत्रपती
(मोडी सही)

(श्री. जयंतराव टिळक संग्रह)

४८ । राजर्षी शाहू छत्रपती : पत्रव्यवहार आणि कायदे

௸ २५ ௸

ब्राह्मण-ब्राह्मणेतर संघर्ष, ब्रिटिश सरकारचे तटस्थतेचे धोरण आणि सत्यशोधक जलसे यासंबंधी विचार व्यक्त करणारे शाहू महाराजांचे मि. ॲडॅम यांना पत्र

२० ऑगस्ट, १९२०

मुंबई सरकारचे एक राजनैतिक अधिकारी मि. ॲडॅम यांना शाहू महाराजांनी लिहिलेल्या पत्राची ही एक प्रत. ती ठिकठिकाणी खुद्द महाराजांनी स्वत: दुरुस्त केल्याचे दिसून येते. या सुमारास महाराष्ट्रातील ब्राह्मणेतर चळवळ शिगेला पोहोचली होती आणि तिच्या प्रेरणास्थानी असणाऱ्या महाराजांविरुद्ध ब्राह्मणी नेते व वृत्तपत्रे यांनी मोठी आक्रमक आघाडी उभारली होती. याच वेळी कौन्सिलांच्या निवडणुकांची रणधुमाळी सुरू झाली होती आणि ठिकठिकाणच्या सत्यशोधक जलशांनी धमाल उडवून दिली होती. नुकताच लो. टिळकांचा स्वर्गवास घडून आला होता. अशा घटनांनी महाराष्ट्राचे समाजकारण व राजकारण खालपासून वरपर्यंत ढवळून निघाले होते.

प्रस्तुत पत्रास ही पार्श्वभूमी लाभलेली आहे. पत्रात ब्राह्मण मंडळी ब्राह्मणेतर लोकांचा स्वाभिमान दुखावणारी कृत्ये सतत करीत असता ब्रिटिश सरकार मात्र हात बांधून स्वस्थ बसते आहे, याबद्दल महाराजांनी आश्चर्य व्यक्त केले आहे. कदाचित व्हिक्टोरिया राणीने घालून दिलेल्या मार्गदर्शक तत्त्वांनुसार राज्यकर्ते तसे वागत असावेत, असे उपरोधपूर्ण उद्‌गारही त्यांनी काढले आहेत. पत्राच्या शेवटी सत्यशोधक जलशांसंबंधी त्यांनी मांडलेले विचार महत्त्वाचे आहेत. आपला सत्यशोधक समाजाच्या जलशांशी काहीही संबंध नसला, तरी सत्यशोधक समाजाच्या तत्त्वांचे आपण चाहते आहोत व या तत्त्वांचा प्रसार सर्वत्र व्हावा, असे आपणास वाटते, हे त्यांनी खुलेपणाने स्पष्ट केले आहे.

Camp Raibag
20th August, 1920

My dear Mr. Adam,

I send you herewith a copy of a picture published by the 'Sandesh' of Bombay. The picture has deified Tilak as

'Shrikrishna' before whom India in the form of 'Arjuna' is shown to have been kneeling down in a most supplicant manner. Everybody knows that both 'Shrikrishna' and 'Arjuna,' were Kshatriyas of the same caste to which the ancestors of the present day Kshatriyas, Marathas, belonged. The idea of a Kshatriya meekly bowing down before a Brahmin is naturally grossly insulting to the feelings of the Kshatriya Marathas. Nobody would object if the Brahmins raise their hero to the skies as much as they like, but they ought not certainly to do such pranks as will wound the feelings of the warrior community. But this picture is only a fresh instance of the Brahmin's wily attempts to impress upon the Non Brahmins the sense of perpetual social and religious bondage in which the Brahmins have been holding them from ancient times.

Such pictures ought to be condemned. To deify and make Tilak Krishna-Tilak whom all loyalists and most of the moderates associate with heinous offences is degradation of Shri Krishna himself infinitely worse than that of Jesus Christ or Paigamber when his part is played on the stage in a dramatic performances. The excesses committed by the volunteers at the Tilak funeral processions in Bombay and Poona are but too well known. They forced not only Non-Brahmin Hindus but it is said European Soldiers and even ladies to take off their caps, turbans and hats as a mark of homage to Tilak. That was only to impress on the people that Tilak and not the British Govt, ruled India. They also broke three Nandis (Bull gods sacred to Lingayat community) and burnt some shops of Non-Brahmins while they held their Political Conference at Hubli.

Thus now and again the Brahmins are losing no opportunity of stamping their social and Political superiority on the minds of the masses which irritate and outrage the feelings of the high class Kshatriya Marathas. The 'Lokasangraha' has stolen and mischievously given publicity to my private order regarding the worship of my family gods with the evident intention of making a row and ruining me. What the Non-Brahmins feel is that Govt, are sitting silent over all these mischievous acts of the Brahmins calculated to irritate the Non-Brahmins.

I do not know if this is consistant with the policy of noninterference in social and religious matters or of holding the balance evenly between the different communities, laid down by the noble and great Queen Victoria. In my note which I gave to Mr. Montgomerie when I was recently at Poona to see His Excellency, I have given the circumstances in which I came to pass the order and I keep a copy of the note herewith. When I was in Poona I saw His Excellency but then I did not explain to His Excellency the circumstances of the attack made on my order I hear by some Brahmin Chiefs and the Brahmin public. The Chief of Miraj himself made two Jagadguru (Popes) instead of one and his protege calls every Maratha including all Maratha Princes and Chiefs a Shudra i.e. an ill-born person without any dignity and reputation born to serve Brahmins. This surely hurts the feelings of all Marathas but neither the Marathas nor their Princes made any complaint to Govt. Kindly read the whole of the enclosed note which I handed over to Mr. Montgomerie during my interview. Because it is very foul and I want to bring to the notice of His Excellency that the Brahmins are agitating over what is after all a private order regarding worship of my household gods.

It was neither published in the State Gazette nor intended to go beyond the religious section of my Khasgi Department. As the Brahmins are now thus defiantly mocking the feelings of the Non-Brahmins is it unnatural if the Non-Brahmins retaliate and comment upon the origin of the Brahmins on the authorities written by the Brahmins themselves? I see clear indications that by these wily tricks of the Brahmins the pride

राजर्षी शाहू छत्रपती : पत्रव्यवहार आणि कायदे । ५१

of the non-Brahmins is being outraged and there is no wonder if they lead to reprisals. This is not at all desirable. None of the parties I think should be allowed to exceed the bounds of propriety.

Brahmins have begun to hate me because of the Satya Samaj Jalsas (lectures with music). Of course I have nothing to do with them except that I would like their principles and would see that they are widely known. Brahmins call these Jalsas obscene but they preach these obsence things every day by Puranas and Kirtanas and I want to bring to the notice of His Excellency that such obscene things are being taught by Brahmins under the garb of religion and if they are allowed in Kirtanas and Puranas why should they not be mentioned in Jalasa and their obscenity brought to the notice of people. *Of course I admit that I have every sympathy with the Jalsawallas. In the new election they are helping Non-Brahmins as Kirtanas (musical sermons of Brahmins) are helping the Brahmins.*

I shall be obliged if you kindly be reading this note letter to His Excellency.

Yours sincerely,

Sd/-

Shahu Chhatrapati

(मराठी अनुवाद)

रायबाग कॅम्प
२० ऑगस्ट १९२०

प्रिय मि. ॲडम,

मी आपणास मुंबईच्या 'संदेश'मध्ये प्रसिद्ध झालेल्या चित्राची प्रत पाठवीत आहे. या चित्रात टिळकांना श्रीकृष्णाच्या रूपात देवत्व बहाल केले आहे आणि त्यांच्यासमोर अर्जुनरूपी हिंदुस्थान दीनवाणापणे नतमस्तक झाल्याचे दाखवले आहे. सर्वांना हे माहीतच आहे की, श्रीकृष्ण व अर्जुन हे क्षत्रिय असून, सध्याचे

क्षत्रिय मराठे हे त्यांचे वंशज आहेत. क्षत्रियाने ब्राह्मणापुढे लीनपणे नतमस्तक होणे, ही कल्पना म्हणजे क्षत्रिय मराठ्यांच्या भावनांचा घोर अपमान आहे. ब्राह्मणांना त्यांच्या नायकास अगदी आकाशाएवढे महान बनविले तरी कोणाची हरकत नाही. पण, अशा प्रकारे लढवय्या क्षत्रिय समाजाची अशी माकडचेष्टा त्यांनी करण्याचे कारण नाही. हे चित्र म्हणजे अनादी कालापासून वर्षानुवर्षे ब्राह्मणांनी ब्राह्मणेतरांना ज्या सामाजिक व धार्मिक गुलामगिरीत अडकवून ठेवले आहे, त्याची त्यांना जाणीव करून देण्याचा हा ब्राह्मणांचा ताजा कावेबाज प्रयत्न आहे. अशा चित्रांचा धिक्कार केला पाहिजे.

ब्रिटिशनिष्ठ प्रजाजन व मवाळवादी लोक यांच्या दृष्टीने टिळक म्हणजे भयंकर वाईट अपराध (Heinous Offences) करणारे समजले जातात. अशा टिळकांचे दैवतीकरण करणे आणि त्यांना श्रीकृष्ण बनवणे, ही श्रीकृष्णाची बदनामी आहे. येशू ख्रिस्त किंवा पैगंबर यांची भूमिका नाटकात केल्यामुळे होणाऱ्या बदनामीपेक्षा ही बदनामी फारच वाईट आहे.

टिळकांच्या अंत्ययात्रेच्या वेळी त्यांच्या पुण्या-मुंबईच्या स्वयंसेवकांकडून घडलेल्या अतिरेकी कृत्यांची माहिती सर्वांना आहेच. टिळकांप्रति श्रद्धांजली अर्पण करण्यासाठी त्यांनी केवळ ब्राह्मणेतरांनाच नव्हे, तर युरोपियन सैनिकांना व स्त्रियांनासुद्धा त्यांच्या टोप्या, फेटे व हॅट काढायला लावल्या. हे सर्व एवढ्यासाठीच की, लोकांच्या मनावर ठसावे की, हिंदुस्थानावर ब्रिटिशांचे राज्य नसून टिळकांचे राज्य आहे. एकीकडे हुबळीत त्यांच्या राजकीय परिषद होत असताना लिंगायत समाजात देव मानले गेलेले तीन नंदी तोडले व काही ब्राह्मणेतरांची दुकाने जाळली. ब्राह्मण नेहमीच बहुजन समाजावर असलेल्या त्यांच्या सामाजिक व राजकीय श्रेष्ठत्वाचा ठसा उमटवण्याची एकही संधी सोडत नाहीत, हे पाहून उच्चवर्णीय क्षत्रिय मराठा समाजाच्या मनात तीव्र क्षोभ उसळत आहे.

आमच्या कुलदैवतांच्या पूजे-अर्चेसंबंधीचा खासगी आदेश चोरून त्यांच्या 'लोकसंग्रह' पत्राने खोडसाळपणे प्रसिद्ध केला आहे. यामागे त्यांचा उद्देश केवळ भांडण उकरून काढणे आणि आम्हाला क्षती पोहोचविणे हाच आहे. ब्राह्मणेतरांना मुद्दाम त्रास देण्याच्या ब्राह्मणांच्या खोडसाळपणाबाबत सरकार मात्र केवळ बघ्याची भूमिका घेत आहे, असे ब्राह्मणेतरांना वाटते. सरकारचे हे धोरण त्यांच्या सामाजिक व धार्मिक बाबींत हस्तक्षेप न करण्याच्या धोरणाशी सुसंगत आहे की महान सम्राज्ञी व्हिक्टोरिया हिच्या विविध समाजांत समतोल राखण्याच्या धोरणाशी धरून आहे, हे मला माहीत नाही.

नुकतेच पुण्यात गव्हर्नरसाहेबांना (?) भेटण्यास मी गेलो असता मि. मॉंटगोमेरी यांना मी जे पत्र दिले आहे, त्यात मला ज्या परिस्थितीत हा आदेश जारी करावा

लागला, त्याची माहिती दिली आहे. त्याची एक प्रत या पत्रासोबत जोडत आहे. ब्राह्मण समाजाने व त्यांच्या नेत्यांनी माझ्या आदेशावर जो जोरदार हल्ला चढवला आहे, त्याच्या पार्श्वभूमीबाबत माझ्या पुण्याच्या भेटीत मी गव्हर्नरसाहेबांशी काही बोललो नाही.

मिरजेच्या राजेसाहेबांनी एकाऐवजी दोन सद्‌गुरू निर्माण केले आणि त्यांचा आश्रितवर्ग प्रत्येक मराठ्यास, अगदी मराठा राजांनाही, शूद्र लेखतो. शूद्र म्हणजे हीन कुळात जन्मलेले, कोणतीही प्रतिष्ठा नसलेले, केवळ ब्राह्मणांची सेवा करण्यासाठी जन्मलेले लोक असा त्याचा अर्थ आहे. यामुळे मराठ्यांच्या भावना नक्कीच दुखावल्या जातात. परंतु याबाबत मराठे अथवा त्यांचे राजे यांपैकी कोणीच ब्रिटिश सरकारकडे तक्रार करीत नाहीत. आम्ही मि. माँटगोमेरीशी झालेल्या मुलाखतीच्या वेळी त्यांना दिलेले पत्र कृपया आपण वाचावे. कारण, मला हे गव्हर्नरसाहेबांच्या निदर्शनास आणून द्यायचे आहे की, आमच्या देवघरातील देवांच्या पूजे-अर्चेसंबंधी आम्ही काढलेल्या खासगी हुकुमावर ब्राह्मण कसे रान उठवत आहेत, हे अत्यंत निषेधार्ह आहे. हे आदेश आमच्या स्टेट गॅझेटमध्ये छापलेले नाहीत. ते आमच्या खासगी खात्याच्या धार्मिक विभागापुरते मर्यादित होते.

अशा प्रकारे ब्राह्मण लोक ब्राह्मणेतरांच्या भावनांचा उर्मटपणे उपहास करत असता ब्राह्मणांनीच रचलेल्या ग्रंथांत ब्राह्मणांच्या उत्पत्तीविषयी टिपण्णी करून ब्राह्मणेतरांनी त्याचे प्रत्युत्तर केले, तर त्यात अनैसर्गिक असे काय आहे? हे सरळच दिसून येते की, ब्राह्मणांच्या या कावेबाज युक्त्यांमुळे ब्राह्मणेतरांची अस्मिता दुखावली जाते. तेव्हा त्यांच्या मनात सुडाची भावना वाढीस लागल्यास नवल ते काय? तथापि, ही गोष्ट इष्ट नाही. दोहोंपैकी कोणाही पक्षाला औचित्याची सीमा पार करू देता कामा नये.

सत्यसमाज जलशांमुळे ब्राह्मण माझा द्वेष करू लागले आहेत. त्या जलशांशी माझा काही संबंध नाही. पण, त्यांची तत्त्वे मला आवडतात. आणि त्या तत्त्वांचा प्रसार सर्वत्र झाला पाहिजे, अशी माझी इच्छा आहे. ब्राह्मणांना हे जलशे अश्लील वाटतात, पण अशा अश्लील गोष्टी त्यांच्या पुराणांतून व कीर्तनांतून रोजच शिकवल्या जातात. मला गव्हर्नरसाहेबांच्या निदर्शनास आणून द्यायचे आहे की, अशा अश्लील गोष्टी धर्माच्या नावाखाली ब्राह्मण शिकवतात आणि जर त्या पुराणांत व कीर्तनांत चालत असतील, तर जलशांत त्या चालण्याला काय हरकत आहे? निदान त्यांच्या धर्मातील बीभत्सपणा लोकांना तरी कळून चुकेल! अर्थात, मी हे मान्य करतो की, जलशावाल्यांना माझी पूर्ण सहानुभूती आहे. होऊ घातलेल्या निवडणुकांत सत्यशोधक जलसेवाले ब्राह्मणेतरांना मदत करीत आहेत; जसे कीर्तनकार ब्राह्मणांसाठी करीत असतात.

५४ । राजर्षी शाहू छत्रपती : पत्रव्यवहार आणि कायदे

कृपया, आपण हे पत्र गव्हर्नरसाहेबांना दाखवावे ही विनंती.

आपला,

शाहू छत्रपती

(कोल्हापूर पुरालेखागार, शाहू दप्तर, कागद क्र. R 12314)

२६

निवडणूक लढवून कौन्सिलात जा

१० सप्टेंबर १९२०

नरसिंगपूरचे वतनदार पाटील लक्ष्मण रामचंद्र ऊर्फ बाळा पाटील यांना शाहू महाराजांचे पत्र. माँटफर्ड सुधारणांच्या पार्श्वभूमीवर कायदेमंडळाच्या निवडणुका लढवून खालसा मुलखातील बहुजन समाजातील पुढाऱ्यांनी त्याचा लाभ उठवावा आणि लोकसेवेची संधी साधावी, यासाठी महाराजांनी महाराष्ट्रात मोठी आघाडी उघडली होती. प्रस्तुत पत्रात बाळा पाटलांनी मुंबई कौन्सिलची निवडणूक लढवावी, असे महाराज त्यांना आग्रहाने लिहितात. खालसा मुलखातील मराठा पुढाऱ्यांशी महाराजांचे किती जिव्हाळ्याचे संबंध होते, यावर हे पत्र प्रकाश टाकते.

छत्रपती महाराजा : कोल्हापूर

जय भवानी

स्टेशन बंगला कोल्हापूर
ता. १०-९-२० इ.

श्री

राजमान्य राजे श्री लक्ष्मण रामचंद्र ऊर्फ बाळा पाटील राहणार नरसिंगपूर ता. वाळवे यांसी :-

सप्रेम लोभाची वृद्धी असावी ही वि. वि.

तुमच्यासारख्या लोकांनी या वेळी स्वार्थत्याग करून लोकसेवा केली पाहिजे. तुम्ही वतनदार पाटील असून शेतकरी आहात व तुम्ही स्वत: घरी शेतकी केली आहे. सबब आपण स्वार्थत्याग करून इलेक्शनला उभे राहिले पाहिजे. तुम्ही आज बरीच वर्षे लोकल बोर्डचे मेंबर या नात्याने सार्वजनिक काम करीत असल्याने कौन्सिलमध्ये निवडून येण्यास विशेष लायख आहा, तेव्हा लोकसेवा करण्याचा हा जो प्रसंग आला

आहे, तो टाळता उपयोगी नाही. कळावे. लोभाची वृद्धी असावी ही विनंती.

शाहू छत्रपती
(मोडी सही)

(श्री. विजय सुरवाडे संग्रह)

❧ २७ ❧

महाराजांचा इंदुमती राणीसाहेबांस उपदेश

१ ऑक्टोबर १९२०

शाहू महाराजांनी आपली धाकटी स्नुषा, इंदुमती राणीसाहेब, यांना पुणे मुक्कामाहून पाठविलेले हे एक दुर्मिळ पत्र. युवराज प्रिन्स शिवाजी महाराजांचे १९१८ मध्ये अपघाती निधन झाल्यावर महाराजांवर दुःखाचा डोंगरच कोसळला. त्यातून सावरून महाराजांनी आपल्या तरुण विधवा सुनेस आपल्या मुलीप्रमाणे वाढविले. शिक्षण दिले. संस्कार घडवले. एक सुसंस्कारित आर्दश स्त्री व स्वावलंबी व कणखर व्यक्ती म्हणून इंदुमतीदेवींच्या व्यक्तिमत्त्वाचा विकास व्हावा, म्हणून महाराजांनी जातीने हर प्रयत्न केले. आपण कोल्हापूरच्या बाहेर गेल्यावर मागे आपल्या सुनेने राजपरिवाराशी कसे वागावे, याविषयी बारीकसारीक सूचना महाराजांनी या पत्रात लिहिल्या आहेत. या पत्रातून महाराजांच्या पित्याच्या हृदयाचे एक हळुवार दर्शन घडून जाते. या वेळी इंदुमतीदेवींचे वय अवघे १४ वर्षांचे होते.

छत्रपती महाराजा
कोल्हापूर
जय भवानी

कोल्हापूर लॉज,
पुणे
१-१०-२०

चि. इंदुमती राणीसाहेब यांसी सप्रेम लोभाची वृद्धी असावी हे वि. एक दिवस रायबागेस राहून आज सकाळी पुण्यास आलो. येथे २/४ दिवस काम आहे. बहुतेक आज चि. स. सौ. संपन्न ताराबाईराणीसाहेब महाराज आपल्या सासूस

५६ । राजर्षी शाहू छत्रपती : पत्रव्यवहार आणि कायदे

भेटण्यास रुकडीस जातील. रोजचे रोज सदूला रुकडीस पाठवून सासूबाईंचा समाचार आणवीत जावा. त्यांना ताप येत असल्यास, तब्येतीस बरे वाटत नसल्यास रोज सकाळी ६ वाजता रुकडीस जाऊन ९ वाजता परत यावे. अभ्यास चुकवू नये. सबंध सोनतळीस तुझ्याशिवाय कोणीच नाही. सर्व जोखीम तुजवर आहे. मामाही नाहीत व सौ. सेनापती अक्कासाहेब (सेनापती साहेबांचे कुटुंब) ही नाहीत.

सौ. सेनापती अक्कासाहेबांस व मामास सासूप्रमाणे मानले पाहिजे, अशी इच्छा आहे. त्यांनी धमकाविले तरी तू धमकावून घेतले पाहिजे, असे मी तुला नेहमी सांगत आहे व तूही त्याप्रमाणे वागत आहेस, याबद्दल मला आनंद वाटत आहे. अशीच तुला परमेश्वर सद्बुद्धी देवो व हल्ली तू माझे आज्ञेत वागत आहेस त्यापेक्षा अधिक आज्ञेत वागण्याची बुद्धी देवो. सौ. सेनापती अक्कासाहेब व मामा यांना तुझ्या खुशालीचे पत्र शेडबाळास लिहीत जा. घोड्यावर बसताना अगर गाडीत बसताना दंगा करून कोणास पाडू नको. जेवतेवेळी सर्व मुलींना बरोबर घेऊन जेवीत जा. सर्व मुलींनी चहा घेतल्यानंतर तू चहा घेत जा. जेवतेवेळी सर्व मुलींचा समाचार घेत जा. सर्व मुलींनी व नोकर लोकांनी तुझ्यावर प्रेम करावे, अशा रीतीने त्यांना वागवीत जा....

कळावे सप्रेम लोभाची वृद्धी असावी.

शाहू छत्रपती
(मोडी सही)

(श्री शहाजी छत्रपती म्यूझिअम, कोल्हापूर)

ॐ २८ ॐ

ब्राह्मणेतर चळवळीच्या भवितव्याविषयी डॉ. आंबेडकरांचे शाहू महाराजांना पत्र

३ फेब्रुवारी १९२१

डॉ. बाबासाहेब आंबेडकरांनी इंग्लंडहून शाहू महाराजांना लिहिलेल्या या पत्रात ब्राह्मणेतर चळवळीच्या भवितव्याविषयी चर्चा केली आहे. माँटफर्ड सुधारणा द्यायचे घाटत असता या चळवळीची लोकशाही बाजू इंग्लिश जनतेसमोर मांडणारा तिचा कुणी खंदा समर्थक इथे नसल्याने या चळवळीविषयी गैरसमज पसरविण्यात तिच्या शत्रूंना फावल्याची खंत त्यांनी प्रकट केली आहे. आता आपणास भेटणाऱ्या

राजर्षी शाहू छत्रपती : पत्रव्यवहार आणि कायदे । ५७

प्रत्येक महत्त्वाच्या इंग्लिश व्यक्तीसमोर हिंदुस्थानातील सामाजिक व राजकीय प्रश्नाचे वास्तव आपण मांडत आहोत; या प्रयत्नाचे फळ आज नाही पण उद्या निश्चित मिळेल, असा आशावाद त्यांनी व्यक्त केला आहे. तसेच आपण मुंबई कौन्सिलमध्ये जावे असा आग्रह माँटेग्यूसाहेबाने चालविला असला, तरी विद्याभ्यास अर्ध्यावर सोडून मी परतू इच्छित नाही; मला वैयक्तिक कीर्तीचा सोस नाही, असेही त्यांनी म्हटले आहे.

London,
3rd Feb. 1921
10, king Henry's Road,
Chalk Farm, N.W. 3

My Dear Maharaja Saheb,

Many thanks for your letter of 14th December 1920 and I was very happy to read its encouraging contents.

I have to some extent at least disillusioned Mr. Montagu as regards the position of the moderates in India. It is probable that he will still take his cue from them but I am certain that he will not speak so despisingly of the non-Brahmin movement which in fact none over here ever cared to understand. It is to be regretted that no good exponent of the N.B. movement was present during the critical period when the Reform Bill was on the anvil. Consequently it became quite an easy task for the enemies of the movement to represent it as only anti Brahminism. Its democratic side was ingeniously suppressed so that a distorted view of the same is what is present in the minds of the most English people. As the Reforms are a fait accompli few people trouble about the number or nature of factions prevailing in India.

Yet to be prepared for the future, we must dig from now. I therefore take every opportunity possible to put every important English man I meet into a right frame of mind regarding the inter-relations of social and political problems in India. As my endeavours are after the occasion there can be no immediate effect, but I hope time will show that they are not wasted.

According to your Highness's directions for starting an Association I consulted some important persons who had appreciated my views and who occupy an influential place in English Society. They unanimously upheld the idea, but they said that in case there was no paid secretary to the Association it would be a dead body. This of course means an annual expense of at least £ 500 (I cannot say definitely it might be more or less) a year and knowing well the condition of the Depressed Classes, I am convinced that immensely beneficial as the Association would be, it cannot materialise owing to the cost being too far above the means of the people.

Your Highness may be glad to learn that Mr. Montagu called me for a second interview and urged me to return to India as a member of the Bombay Legislative Council. It seems that after our 1st meeting he wired to the Viceroy and the Governor of Bombay for nominating (me) to the Council. Of course I told him I did not come to him with a personal grievance but that I was representing a cause. His view was that I should first return and then negotiate with the Viceroy and the Governor of Bombay for the larger representation of the Depressed Classes and that he was prepared to give an undertaking that the matter of representation would not be regarded as closed till I had been heard in the matter.

All this of course was very tempting. But I could not think of leaving my studies half-finished and return for the sake of a place in the Council. I am not wedded to personal glory and altho I have given up a chance of doing social service to my people I hope your Highness will see that this only means that I wish to be better prepared in order that I may do a greater service.

In the near future I wish to get in touch with the Labour Party and do some plain talking with them. May I suggest that your Highness might as well see Messrs Wedge-wood and Spoor

राजर्षी शाहू छत्रपती : पत्रव्यवहार आणि कायदे । ५९

who are touring in India? In any case I am going to see them when they return and will communicate to your Highness the upshot of this manoeuvre.

With my very best regards I remain,

Yours sincerely,
B. R. Ambedkar

* P.S. I have made friends with the editor of the London Times and am enclosing herein an article on the education of the Depressed Classes which I caused him to write.

(मराठी अनुवाद)

लंडन
३ फेबुवारी १९२१,
१०, किंग हेमी रोड,
चॉक फार्म, एन. डब्ल्यू. ३

प्रिय महाराजसाहेब,

आपल्या १४ डिसेंबर १९२०च्या पत्राबद्दल अनेक आभार. त्यातील आपले प्रोत्साहनपर शब्द वाचून खूप आनंद झाला.

हिंदुस्थानातील मवाळांच्या भूमिकेबद्दल मि. माँटेग्यूंचा मी काही अंशी तरी भ्रमनिरास केला आहे. अजूनही ते त्यांच्या काही सूचनांना महत्त्व देतील, नाही असे नाही. पण मला खात्री आहे की, ते आता ब्राह्मणेतरांच्या चळवळीबद्दल तितक्या तुच्छतेने बोलणार नाहीत. खरे तर या चळवळीला समजून घेण्याचा प्रयत्न इथे कोणीही करीत नाही. सुधारणा कायदा अगदी ऐरणीवर आला असता ब्राह्मणेतर चळवळीचा कोणीही प्रवक्ता इथे महत्त्वाच्या वेळी उपस्थित नव्हता, ही मोठी खेदाची गोष्ट आहे. परिणामी, ही चळवळ म्हणजे निव्वळ ब्राह्मणविरोधी आहे, हे चळवळीच्या हितशत्रूंना अगदी सहजपणे दाखवून देता आले. आपल्या चळवळीची लोकशाही बाजू चतुरपणे दडपली गेली आणि चळवळीचे स्वरूप विकृत करून ते इंग्लिश लोकांच्या मनात ठसवले गेले. आता सुधारणा ही निश्चितपणे साकारणारी घटना असल्याने आता हिंदुस्थानात किती गटतट आहेत, याची दखल घेण्यात इथे फारसा कोणाला रस नाही.

तथापि, भविष्याची तयारी करण्यासाठी आपण आतापासून प्रयत्न केले पाहिजेत. म्हणून मला भेटणाऱ्या प्रत्येक इंग्रज माणसासमोर हिंदुस्थानातील

६० । राजर्षी शाहू छत्रपती : पत्रव्यवहार आणि कायदे

सामाजिक व राजकीय प्रश्नांच्या परस्पर-संबंधांविषयी चर्चा करून त्यांच्या मनात त्यासंबंधी योग्य दृष्टिकोन निर्माण करण्याची एकही संधी मी सोडत नाही. अर्थात, घटना घडून गेल्यानंतरचे माझे हे प्रयत्न असल्यामुळे त्याचे त्वरित परिणाम दिसून येणार नाहीत. तरीपण मला आशा आहे की, हे प्रयत्न व्यर्थ जाणार नाहीत, काळच हे सांगेल.

महाराजांच्या सूचनेनुसार एखादी असोसिएशन सुरू करण्यासंबंधी इंग्लिश समाजात महत्त्वाचे स्थान असलेल्या व आपल्या दृष्टिकोनाबद्दल सहानुभूती बाळगणाऱ्या व्यक्तींशी मी चर्चा केली. त्या सर्वांनी एकमुखाने ही कल्पना उचलून धरली. पण, त्यांचे मते जोपर्यंत या असोसिएशनमध्ये एखादा पगारी सेक्रेटरी नसेल, तोपर्यंत ती एका अर्थाने निष्क्रियच राहील. अर्थात, याला वार्षिक ५०० पौंड (कदाचित थोडा कमी किंवा जास्त) खर्च येईल. दलित समाजाची एकूण परिस्थिती लक्षात घेता अशा प्रकारची असोसिएशन त्यांना नक्कीच हितकारक ठरेल. परंतु त्याचा खर्च त्यांच्या ऐपतीपेक्षा जास्त असल्याने ती प्रत्यक्षात उतरणे थोडे कठीण आहे.

महाराजांना हे ऐकून आनंद वाटेल की, मि. माँटेग्यूनी मला दुसऱ्यांदा मुलाखतीसाठी बोलावले होते. मी मुंबई कायदे मंडळाचा सदस्य म्हणून हिंदुस्थानात परत जावे, असा खूप आग्रह केला. मला असे वाटते की, आमच्या पहिल्या भेटीनंतर त्यांनी व्हाईसरॉयना व मुंबईच्या गव्हर्नरांना तार करून माझे नाव कायदेमंडळाच्या सदस्यत्वासाठी सुचविले होते. अर्थात, मी त्यांना सांगितले होते की, त्यांच्याकडे मी माझे काही खासगी गाऱ्हाणे घेऊन आलेलो नसून मी एका विशिष्ट ध्येयाचा पाठपुरावा करत आहे. त्यांच्या मते मी प्रथम हिंदुस्थानात परतावे; नंतर व्हाईसरॉय व गव्हर्नर यांच्याशी दलित वर्गाच्या संदर्भात चर्चा करावी; त्यांनी याबाबतचे माझे म्हणणे ऐकून घेतल्याशिवाय हा जातवार प्रतिनिधित्वाचा विषय संपविला जाणार नाही. याबाबत ते वचन देण्यासही तयार आहेत.

हे सर्व अर्थात खूप मोहात पाडणारे आहे. पण, मी माझा अभ्यास अर्धवट टाकून केवळ कायदे मंडळातील सदस्यत्वासाठी परत येऊ इच्छित नाही. मला वैयक्तिक कीर्तीचा सोस नाही. माझ्या लोकांची सेवा करण्याची एक सुसंधी मी गमवली असली तरी, महाराज, आपल्या लक्षात येईल की, माझ्या लोकांची अधिक चांगली सेवा मला करता यावी, यासाठी मी तयारी करू इच्छितो.

नजीकच्या भविष्यकाळात मी लेबर पार्टीच्या लोकांशी संपर्क साधून काही गोष्टींचा स्पष्ट खुलासा करून घेण्याचा प्रयत्न करत आहे. महाराजांना मी हिंदुस्थानच्या दौऱ्यावर आलेल्या मेसर्स वेजवूड ॲन्ड स्पूर यांची भेट घेण्याचे सुचवू इच्छितो. ते जेव्हा तिकडून परततील, तेव्हा मी त्यांची भेट घेऊन या

राजर्षी शाहू छत्रपती : पत्रव्यवहार आणि कायदे । ६१

प्रयत्नांची फलश्रुती आपणास कळवीत आहेच.

आपला,

बी. आर. आंबेडकर

(कोल्हापूर पुरालेखागार, शाहू दप्तर, कागद क्र. R 12811)

विशेष टीप : माझी लंडन टाइम्सच्या संपादकाशी मैत्री झालेली आहे. दलितांच्या शिक्षणासंबंधी एक लेख लिहिण्यास मी त्यांना प्रवृत्त केले होते. तो लेख या पत्रासोबत पाठवत आहे.

॥ २९ ॥

आपली 'महार वतने' खालसा करावीत म्हणून महारांनी शाहू महाराजांकडे केलेला विनंती-अर्ज

२७ मे १९२१

शाहू महाराजांनी आपल्या संस्थानात 'महार वतन' खालसा करून महारांची गुलामगिरी नष्ट केली, हे इतिहासप्रसिद्धच आहे. तथापि, हे वतन खालसा करताना महारांत पुरेशी जागृती व्हावी व त्यांनी आपणहून वतन खालसाची मागणी करावी, या दृष्टीने महाराजांचे प्रयत्न चालू होते. शेवटी हे प्रयत्न फळास येऊन संस्थानातील अनेक गावांच्या महार समाजाने सामुदायिकरीत्या आपली 'महार वतने' खालसा करावीत म्हणून दरबारांकडे अर्ज केले. असाच हा एक महारांचा विनंती अर्ज. या कागदात 'महार' वतनासंबंधी महाराजांचे अन्यत्र प्रसिद्ध झालेले विचारच प्रतिबिंबित झालेले आहेत.

श्रीमन्महाराज छत्रपती साहेब सरकार करवीर यांचे सेवेशी

आज्ञाधारक सेवक समस्त वतनदार महार लोक

रा. कानडेवाडी, पेटा गडइंग्लज, इ. करवीर यांचा नम्र अर्ज खाली लिहिलेप्रमाणे :-

आम्हा महार लोकांस हिंदू समाजातील आचार-विचारांनी, दुष्ट चालीरीतींनी आणि बंधनांनी अस्पृश्य ठरवून टाकले; आणि बहिष्कृत करून गावाबाहेर राहणेस भाग पाडले, यामुळे आमची सर्वतोपरी अत्यंत हानी झाली आहे. इतर सर्व समाजांत अनेक प्रकारे ज्ञानवृद्धी होत आहे. त्यांची सुधारणा चालू आहे. परंतु, आम्ही मात्र सुधारणेस मुकलो व सुखास पारखे झालो! आमच्यात मनुष्यपणासुद्धा

राहिला नाही. आम्ही अति निकृष्ट स्थितीस पोचलो.

श्रीमन्महाराज छत्रपतींनी आम्हास ऊर्जित दशेस आणावे आणि आमची सुधारणा करावी म्हणून अनेक मार्गांनी प्रयत्न चालविले आहेत. आमचेसाठी बोर्डिंगे काढली; विद्यामंदिरे खुली केली, कित्येकांना नोकऱ्या दिल्या आणि काहींचा वकिलीसारख्या उच्च धंद्यातही प्रवेश करविला आणि स्पृश्यास्पृश्यतेचा भेद बाजूस ठेवून सरकारांनी आम्हास मुलाप्रमाणे ममतेने वागविले. याबद्दल आमचा समाज हुजुरांस देवाप्रमाणे पूज्य मानीत आहे. आणि या औदार्याबद्दल पिढ्यानूपिढ्या हा समाज हुजूर चरणांचा ऋणी राहील!

इतके झाले तरी, आमच्या समाजाचे लोकसंख्येकडे दृष्टी दिली म्हणजे मन निराश होते आणि काय करावे, ते सुचत नाही. झालेली सुधारणा काहीच नव्हे, असे वाटू लागते.

हिंदू समाजात वतनाची आवड फार. परंतु, आमचे वतन व आमची वतनी नोकरी यात आम्हास भूषण वाटण्यासारखे काहीच नाही. परंतु, अंध परंपरेने नरकातल्या किड्याप्रमाणे असलेही वतन आम्हास प्रिय वाटत आहे. या क्षुद्र वतनी नोकरीतून आम्हास मुक्त करावे म्हणून हुजुरून एक वटहुकूम काढला आणि ठरविले की १० एकर जमिनीमागे एक महार नोकर सरकारांनी घ्यावा आणि बाकी सर्व महारांना नोकरीतून कमी करावे. परंतु, या हुकुमाने इष्ट हेतू साध्य होत नाही. कारण, हल्ली इतर सर्व महारांच्या कबजातील जमिनी जाणार आणि ते असंतुष्ट होणार. दुसरे, सर्व जमिनी थोड्याशा महार लोकांत वाटून जाऊन पुन्हा वतनी नोकरीचे जू त्यांचे मागे राहणारच! या क्षुद्र वतनी नोकरीचे लोढणे आमच्या गळ्यात असेपर्यंत आमची दशा सुधारणे शक्य नाही. करिता ही वतनी नोकरीच अजिबात काढून टाकावी, असे आमचे म्हणणे आहे.

सरकारांस आमची नम्र सूचना खाली लिहिलेप्रमाणे –

आजवर जमिनी ज्याकडे जशा चालत आल्या आहेत, तशाच त्याजकडे चालू ठेवाव्यात. कबजाची दिगरादिगर अगर फेरफार करू नये. फक्त सर्व महारकी वतन ९ नंबराचे इनामपत्रकातून काढून नमुना नंबर पाचच्या रयताव्यात दाखल कराव्यात आणि दुसरी गोष्ट सर्व महार लोकांना वतनी नोकरीतून मुक्त करावे. सरकारची अगर रयतेची कसलीही वतनी नोकरीची जबाबदारी त्यांचेवर ठेवू नये.

या योगाने आम्हास काहीशी स्वतंत्रता मिळेल; इतर धंदे करण्यास चार पैसे मिळून सवडही होईल. यात कोणाचे नुकसान नाही, अर्थातच असंतोषही नाही. *आमची वतनी नोकरी म्हणजे गावची वेठबिगार करणे, लाकडे फोडणे,*

राजर्षी शाहू छत्रपती : पत्रव्यवहार आणि कायदे । ६३

जनावरांची प्रेते वाहणे आणि गावची गलिच्छ कामे करणे. ही कामे वतन कारणाने म्हणून आमचेवर लादली आहेत, तोपर्यंत आम्ही तसेच क्षुद्र राहणार. ती नोकरी नाहीशी झाली म्हणजे आम्हास धंदेस्वातंत्र्य मिळेल आणि निर्वाहाचे इतर उद्योग करता येतील आणि आमचेवरील क्षुद्रपणाचा आणि त्याबरोबर अस्पृश्यत्वाचाही डाग क्रमाक्रमाने नाहीसा होत जाईल.

आता सरकारच्या नोकरीचा प्रश्न राहिला. त्याचे उत्तर सोपे आहे. आमच्या जमिनी निवळ रयतावा झाल्याने त्यांचा जो सारा सरकारात जमा होईल; त्यातून जरुरीप्रमाणे अवश्य तितके नोकर ठेवण्यास आणि वाटेल त्यांजकडून पैसा देऊन काम करून घेण्यास सरकारांस काहीच अडचण नाही.

करिता सरकारांपाशी आमची प्रार्थना आहे की, आमची सर्व महारकी वतने इनामांतून कमी करून रयताव्यात दाखल करावीत आणि सर्व महारांना वतनी नोकरीतून मुक्त करावेत.

सेवेशी श्रुत होय ही विज्ञापना.

तारीख : २७-५-१९२१ इ.

नि. आं. धोंडो पिळनाक कांबळे याचा असे.
स. नि. आं. राणोजी नागोजी कांबळे याचा असे.
स. नि. आं. यलाप्पा चुडापा कांबळे याचा असे.
द. गंगाराम यमाजी कांबळे

(गंगाराम कांबळे संग्रह)

३०

कोल्हापूर संस्थानातील महार वतने खालसा करणारा शाहू महाराजांचा हुकूम

२१ जून १९२१

आपली 'महार वतने' खालसा करून आपल्या जमिनी रयताव्यात दाखल कराव्यात म्हणून कोल्हापूर संस्थानातील गावोगावच्या महारांकडून शाहू महाराजांनी विनंती अर्ज घेतले आणि त्यावर वतन खालसाची कारवाई तातडीने केली. कानडेवाडी पेटा गडहिंग्लज या गावच्या महारांच्या संदर्भात महाराजांनी काढलेला हा हुकूम

६४ । राजर्षी शाहू छत्रपती : पत्रव्यवहार आणि कायदे

कानडेवाडी

हु. ऑ. नं
११३

राव. हुजूर चिटणीस यांसी

आज्ञा केली ऐसीजे :-

ह्या महार लोकांनी आप खुषीने इनाम जमीन रयतावा करून मिळणेबद्दल केलेला अर्ज हुजूर पसंत आहे. या लोकांना गुलामगिरीतून मुक्त करण्यास इनाम जमीन रयतावा करून देणे हाच उत्तम मार्ग आहे. करिता सदर गावच्या महारकी इनाम जमिनी इनामातून कमी करून रयताव्यात दाखल कराव्यात. सदर जमिनीवर काही बाबी वगैरे बसलेल्या असल्यास त्या सर्व कमी करण्यात येत आहेत. या हुकुमाचे आधारे महारांना रयताव्याचे पूर्ण हक्क देणेत येत आहेत. त्यांच्याकडून कोणतीही नोकरी घेणेची नाही. ही ऑर्डर कोणत्याही ऑफिसला तीन दिवसांपेक्षा जास्त दिवस राहता कामा नये.

मामलेदार यांनी ऑर्डरचा अंमल केल्याबद्दल तत्काळ रिपोर्ट करावा. जमीन ज्याचे त्याचे ताब्यात आहे त्याचे त्याचेच ताब्यात राहणेची आहे. कोणत्याही प्रकारे कबजा तबदील करणेचा नाही. कळावे.

रजपूतवाडी

शाहू छत्रपती
(मोडी सही)

तारीख : २१-६-१९२१

(गंगाराम कांबळे संग्रह)

३१

शाहू महाराज म्हणजे सामाजिक लोकशाहीचे आधारस्तंभ

४ सप्टेंबर १९२१

डॉ. बाबासाहेब आंबेडकरांचे शाहू महाराजांना लिहिलेले ऐतिहासिक पत्र. या पत्रात बाबासाहेबांनी त्यांच्या समोर उभ्या राहिलेल्या आर्थिक अडचणीविषयी लिहिले असून, ती निवारण्यासाठी कर्जाऊ रक्कम पाठविण्याची विनंती केली आहे. याच

पत्राच्या शेवटी बाबासाहेबांनी शुभेच्छा देताना महाराजांचा भारतातील सामाजिक लोकशाही चळवळीचे आधारस्तंभ म्हणून गौरव केलेला आहे.

C/o. Henry S. King & Co.
9, Pall Mall
London, S.W.
4th September 1921

My dear Maharajasaheb,

As directed by Mr. Dalvi I am placing my financial difficulties before you in the hope of getting some relief. But I am sorry to have to approach you but thinking that as you had been pleased to regard me as your friend you would do something to enable me to tide over my difficulties. They have chiefly arisen through the fall in the Indian Exchange in London.

When I left India I had calculated the total expenses I would have to incur for my two years stay in London and according to then prevailing rate of exchange I found that I had sufficient funds for my purposes. But as the funds had been invested by a friend with whom I had deposited them I was not able to transfer them to London at the time when I left India. Last year in the month of December when the funds were sent to me I found that owing to the low rate of Exchange the funds realized a sum in London which fell short of the required amount by nearly £ 150.

I have to pay £ 100 for my law fees and need about another £ 100 for my return passage to India. In all therefore I need about £ 200 to tide over my difficulties. I would be very much obliged if Your Highness can see your way to help me with a loan of that amount. I will repay it with interest when I return.

The matter is so urgent and I know so few people that I ventured to sound the matter by first approaching Mr. Dalvi and as Your Highness desired me through him, to write directly, I feel sure that hopes are not misplaced.

I hope Your Highness is enjoying good heath. We need you ever so much for you are the pillar of that great movement towards social democracy which is making its headway in India.

Awaiting the favour of an early reply. I am yours sincerely.

B. R. Ambedkar

(मराठी अनुवाद)

द्वारा : हेन्री एस. किंग ॲन्ड कं.
९, पॉल मॉल, लंडन, साउथ वेस्ट
४ सप्टेंबर १९२१

प्रिय महाराजसाहेब,

श्री. दळवी यांनी सुचविल्याप्रमाणे मी माझ्या आर्थिक अडचणीसंबंधी लिहीत आहे. मला आशा आहे की, मला काही साहाय्य होऊ शकेल. मला आपणाकडे यासाठी लिहावे लागते आहे, याचे खूप वाईट वाटते आहे. पण, आपण मला मित्र मानले असल्यामुळे माझ्या अडचणीवर मात करण्यासाठी आपण मला मदत कराल, अशी मला आशा वाटते. लंडनमधील भारतीय चलनाचा दर कोसळल्यामुळे ही अडचण निर्माण झाली आहे.

मी भारतातून निघताना लंडनमधील माझ्या दोन वर्षांच्या खर्चाचा अंदाज करून त्याप्रमाणे तत्कालीन चलनदरानुसार विचार केला होता व त्याप्रमाणे पैशाची सोय केली होती. परंतु ते पैसे मी माझ्या मित्राकडे जमा केले होते, त्याने तेथे ते गुंतवल्यामुळे मी भारत सोडताना मला ते लंडनला ट्रान्सफर करून घेता आले नाहीत. मागच्या वर्षी डिसेंबर महिन्यात जेव्हा ते मला मिळाले, तेव्हा चलनदर कमी झाल्याने मला १५० पौंड कमी पडू लागले. १०० पौंड मला लॉच्या फीपोटी द्यावे लागणार आहेत; आणि माझ्या परतीच्या प्रवासासाठी आणखी १०० पौंड लागणार आहेत. अशा एकूण २०० पौंडांची मला गरज आहे. महाराजांनी या रकमेचे कर्ज मला दिल्यास मी त्यांचा अत्यंत ऋणी राहीन. मी भारतात आल्यावर व्याजासह ते परत करेन.

ही गोष्ट इतकी महत्त्वाची आहे की, आणि माझा इथे इतक्या कमी लोकांशी परिचय आहे की, श्री. दळवींशी संपर्क साधण्याचे व त्यानंतर खुद्द महाराजांच्या इच्छेनुसार त्यांनाच लिहिण्याचे धाडस मला करावे लागले.

आपली प्रकृती उत्तम असेल, अशी मी आशा करतो. आपली आम्हाला

अतिशय गरज आहे. कारण, आपण आता भारतात येऊ घातलेल्या सामाजिक लोकशाही चळवळीचे प्रमुख आधारस्तंभ आहात.
आपल्या त्वरित उत्तराची प्रतीक्षा करत आहे.

आपला,

बी. आर. आंबेडकर

(कोल्हापूर पुरालेखागार, शाहू दप्तर, कागद क्र. R 13420)

३२

डॉ. आंबेडकरांचा दुखवट्याचा संदेश

१० मे १९२२

शाहू महाराजांच्या निधन समयी डॉ. बाबासाहेब आंबेडकर इंग्लंडमध्ये होते. महाराजांच्या निधनाची वार्ता कळाल्यावर त्यांनी लंडनहून नूतन छत्रपती राजाराम महाराज यांना पाठविलेला हा दुखवट्याचा संदेश

The news of the death of His Highness which I read in the newspapers came to me as a shock. I am doubly grieved by the calamitous event. *In his death I have lost a personal friend and the depressed classes have lost a great benefactor and greatest champion of their cause.* Amidst my grief, I hasten to convey to yourself and the Dowager Ranisaheb my deep and sincere sympathy for this sad bereavement.

Dr. B. R. Ambedkar

London, 10th May, 1922

(Memoirs of His Highness Shri Shahu Chhatrapati Maharaja of Kolhapur - A. B. Laththe, Vol. II)

(मराठी अनुवाद)

इथल्या वर्तमानपत्रांत प्रसिद्ध झालेली महाराजसाहेबांच्या निधनाची वार्ता वाचून मला धक्काच बसला. या संकटाच्या घटनेने मला दुहेरी दुःख झाले आहे.

६८ । राजर्षी शाहू छत्रपती : पत्रव्यवहार आणि कायदे

त्यांच्या मृत्यूने मी माझे एक वैयक्तिक स्नेही गमावले आहेत आणि दलित समाज त्याच्या एका महान हितचिंतकास व एका महान कैवाऱ्यास मुकला आहे. मी माझ्या दु:खात असतानाच, आपल्यावर व महाराणीसाहेबांवर कोसळलेल्या दु:खात अपार सहानुभूतीने सहभागी होत आहे.

डॉ. बी. आर. आंबडेकर

लंडन, १० मे १९२२

३३

गंगाराम कांबळे यांच्या पुढाकाराखाली महार समाजाने उभारलेले शाहू महाराजांचे हिंदुस्थानातील पहिले स्मारक

ऑगस्ट १९२५

शाहू महाराजांच्या चरित्रात गंगाराम कांबळे यांचे स्थान मोठे वैशिष्ट्यपूर्ण आहे. महाराजांच्या प्रेरणेनेच गंगारामांनी कोल्हापुरात भर रस्त्यावर 'सत्यसुधारक हॉटेल' काढले आणि या हॉटेलात खुद्द महाराज आपल्या सहकाऱ्यांनिशी चहा घ्यायला येऊ लागले! पुढे या गंगारामांनी डॉ. बाबासाहेबांचे अनुयायित्व स्वीकारून अस्पश्य-सुधारणा चळवळीत स्वत:ला झोकून दिले.

शाहू महाराजांनी अस्पृश्य समाजाच्या उद्धारासाठी केलेल्या कार्याचे उतराई व्हावे म्हणून गंगारामांनी महार समाजामार्फत कोल्हापुरात नर्सरी बागेत त्यांचे स्मारक उभारले. कोल्हापुरातीलच नव्हे, तर देशातील हे पहिले 'शाहू स्मारक' म्हणावे लागेल; आणि तेही महार समाजाने उभारलेले! (कालौघात हे स्मारक नष्ट झाले).

हे स्मारक उभारण्यापूर्वी गंगारामांनी पुढाकार घेऊन 'श्रीशाहू स्मारक सोमवंशीय मंडळ' स्थापन केले होते. या मंडळाकडून उभारल्या जाणाऱ्या शाहू स्मारकाच्या संदर्भात चर्चा करण्यासाठी मंडळाकडून महार ज्ञातीबांधवांना आवाहन करणारे पुढील विनंतीपत्रक प्रसिद्ध करण्यात आले होते. (हे स्मारक स. १९२६ मध्ये तयार झाले. या स्मारकास १९२७ साली नाम. भास्करराव जाधव यांनी भेट दिल्याचे संदर्भ मिळतात.)

राजर्षी शाहू छत्रपती : पत्रव्यवहार आणि कायदे । ६९

विनंतीपत्र

रा.रा. ---------- यांस,

सप्रेम जोहार

शतकानुशतके अज्ञानपंकात आयुष्यावधी लोटल्यामुळे, हिंदभूचे सुपुत्र ज्ञानरवीस पराङ्मुख होऊन, अंधश्रद्धेने पछाडलेल्या आणि जुलमाने ग्रासिलेल्या अशा ब्राह्मणी मत्सरी श्रृंखलेला लटकल्यामुळे जीवित सौख्याविना रात्रंदिन कुंठीत होते. परंतु, असे हे अस्पृश्यतेचे घनघोर पातक त्या विश्वजनकास कसे सहन होणार! आणि म्हणूनच जगदीशाच्या प्रेरणेने आंग्लभूपतीच्या समानतेच्या कृपाछत्राखाली नवमतवादी नरपुंगव निर्माण होऊन ज्ञानरवीचा विकास झाल्यामुळे सोज्वल तत्त्वाधारे सुधारणेप्रीत्यर्थ भोंदूभिक्षुकांच्या गारुडी चलाखीचे धिंडवडे चव्हाट्यावर आणल्याकारणे सर्वांगीण उज्ज्वलत्व प्राप्त होऊन आम्ही कोण आणि आमचा या देशाशी संबंध काय, इत्यादी गोष्टी प्रकाशमान झालेल्या आहेत.

अशा या सुधारणेच्या वातावरणी उलाढालीत २०व्या शतकात करवीराधिपती कै. राजर्षी श्री शाहू छत्रपती महाराजांनी तन, मन व धन खर्ची घालून ' बहिष्कृतोद्धारार्थ आपणास वाहवून घेतले. त्यांची अमरस्मृती प्रत्येकाच्या हृत्पटलावर रेखाटली जाणे नैसर्गिकरीत्या सर्वमान्य आहे.

अस्पृश्योद्धारक राजर्षी यांनी बहिष्कृतांत केलेल्या जागृतिप्रभावाने सध्या न्यायदेवतेस साक्षी ठेवून बहिष्कृत छावे प्रयत्नद्वंद्वास लागले असून, सत्यत्वाचे मूलस्वरूप निष्पन्न झाल्यामुळे उन्नतीचे पहाड चढू लागले आहेत.

तेव्हा अशा या अस्पृश्योद्धारक कै. राजर्षी श्री शाहू महाराजांचे आपल्या ज्ञातीमध्ये 'स्मारक' करणे अत्यंत जरूर व परमश्रेष्ठ असल्यामुळे स्वकर्तव्याची जबाबदारी जाणून ती पूर्णत्वास नेण्यासाठी सोमवंशीय मंडळाची प्रबळ मनीषा आहे. तेव्हा अखिल ज्ञातीबंधूंनी या पवित्र कार्याचे महत्त्व जाणून शक्तीनुसार प्रोत्साहन देऊन आपली जबाबदारी ओळखावी एवढीच या मंडळाची आग्रहाची पण नम्र विनंती आहे.

स्मारक कोठे व कोणत्या प्रकारचे व्हावे यास्तव करवीर येथे ता. १६-८-२५ रोजी सभा बोलावण्यात येऊन 'श्री शाहू स्मारकाचे' खालील कार्यकारी मंडळ निवडण्यात आले.

कार्यकारी मंडळ

१. प्रेसिडेंट - गंगाराम यमाजी कांबळे,
२. व्हा. प्रेसिडेंट - पंजाब ईश्वरा हुलस्वार,
३. सेक्रेटरी - बळवंत नारायण सिंगे,
४. दुय्यम से. - अप्पाजी रामजी मंडपाळे,
५. खजानीस - लिंबाजी संतराम लिगाडे,
६. ऑडिटर - आबाजी धनाजी शिंगे
७. हंबिर बाबाजी खाबडे
८. कृष्ण विष्णू कुरणे
९. रामचंद्र चिलूजी कांबळे
१०. मसू जोती लिगाडे
११. जिनापा तात्या कांबळे
१२. दौलू गणपत कांबळे
१३. लक्ष्मण संतराम लिगाडे

जनरल मिटिंगचे सभासद

१. रा.सा.आर.टी. कांबळे
२. आबा तोमाजी बणगे,
३. गणपत डोंगरे कांबळे, नागावकर,
४. धोंडीराम सटऊ कांबळे, नागावकर
५. धोंडदेव धनाजी शिंगे,
६. बाळू संतराम पन्हाळे,
७. शिवा संतराम पन्हाळे,
८. परसू रामा कांबळे,
९. कृष्णा रामा कांबळे,
१०. रामचंद्र अण्णापा कांबळे,
११. अण्णापा सुभाना विटेकरी,
१२. रामू ईश्वरा काळे,
१३. बाबू रामराव कांबळे,
१४. रामचंद्र राघवेंद्र कांबळे,
१५. बाळाराम चोळू काळे,
१६. भागूजी शिरोळकर,
१७. दशरथ ओमाजी लिगाडे,
१८. चंद्रापा दौलत कांबळे, केकलेकर,
१९. ढबू यमाजी कांबळे,
२०. विष्णू सावळाराम कवटेकर,
२१. गंगाराम हरी कांबळे

श्री. शाहू - स्मारक सोमवंशीय मंडळ के. ऑफ व.म.
स.प्र. मंडळ, सिटी पोस्टाजवळ, कोल्हापूर.
(गंगाराम कांबळे संग्रह)२०. विष्णू सावळाराम कवटेकर,
श्री. शाहू - स्मारक सोमवंशीय मंडळ के. ऑफ व.म.
स.प्र. मंडळ, सिटी पोस्टाजवळ, कोल्हापूर.

(गंगाराम कांबळे संग्रह)

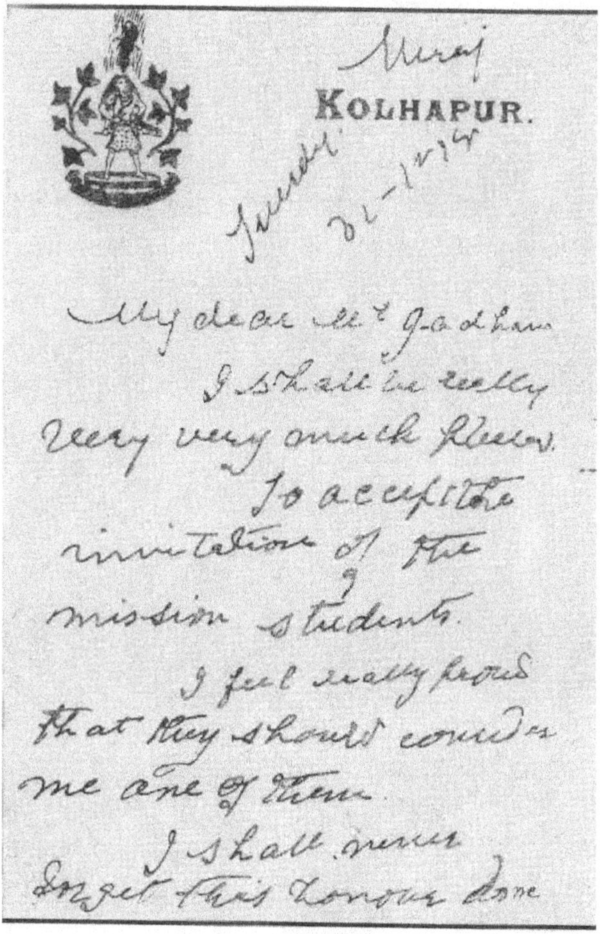

Miraj

KOLHAPUR.

Tuesday
[illegible]

My dear Mr Jadhav

I shall be really very very much pleased to accept the invitation of the mission students.

I feel really proud that they should consider me one of them.

I shall never forget this honour done

राजर्षी शाहू छत्रपतींचे इंग्रजी हस्ताक्षर

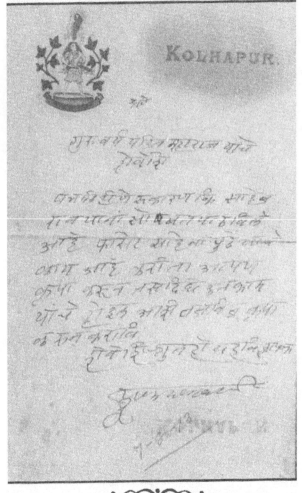

राजर्षी शाहू छत्रपतींचे मराठी हस्ताक्षर

विभाग दोन

राजर्षी शाहू छत्रपती :
सामजिक कायदे

☘ १ ☘

सक्तीच्या प्राथमिक शिक्षणाचा कायदा

२९ सप्टेंबर १९१७ शिक्षण ही सर्व सुधारणांची गुरुकिल्ली आहे, असे मानणाऱ्या शाहू महाराजांना आपल्या संस्थानात मोफत व सक्तीचे प्राथमिक शिक्षण करण्याची तीव्र इच्छा होती. तथापि, असे शिक्षण आपल्या प्रजाजनांना देणे सोपी गोष्ट नव्हती, कारण त्याचा सरकारी खजिन्यावर मोठा ताण पडणार होता. पण, त्याचा विचार न करता महाराजांनी धाडसाने स. १९१७ साली सक्तीचा प्राथमिक शिक्षणाचा कायदा केला. महाराजांच्या हे ध्यानात आले होते की, गावोगावी केवळ शाळा काढून काम भागणार नाही; तर त्या शाळांत मुलांना पाठविण्याची सक्ती पालकांवर करणे गरजेचे आहे. दुसऱ्या शब्दात शिक्षणाची केवळ दारे

खुली करून भागणार नाही, तर त्या दारांच्या आत रयतेच्या मुलांना सक्तीने ढकलणे गरजेचे आहे.

जाहीरनामा

तारीख २१ सप्टेंबर १९१७ इसवी

प्रेसिडेंट कम्पलसरी एज्युकेशन कमेटी कोल्हापूर यांनी सक्तीचे शिक्षणाबद्दल खाली लिहिलेले नियम तयार केले. ते मंजूर करण्यात आल्याबद्दल हुजूर सरकारचा मु. ठराव नंबर ३४३ चा होऊन लगत मु.आ.नंबर १२३, तारीख ११ माहे सप्टेंबर सन १९१७ इसवीचे आज्ञेत आल्यावरून प्रसिद्ध करण्यात येत आहे ते :-

सक्तीचे शिक्षण कायदा

उद्देश - करवीर इलाख्यातील आमच्या सर्व प्रजाजनांना लिहिता-वाचता येऊन आपली स्थिती ओळखून सुधारण्यास त्यांनी समर्थ व्हावे म्हणून खाली दिल्याप्रमाणे नियम करण्यात येत आहेत :-

भाग पहिला

संक्षिप्त नाव

१) या नियमास सक्तीचे शिक्षणाचे नियम असे म्हणावे.

व्यापकता

२) हे नियम सर्व करवीर इलाख्यास लागू आहे असे समजणेचे; परंतु हुजुरास हे नियम करवीर इलाख्याच्या अमुक भागास लागू करू नयेत, असे वाटल्यास गॅझिटात प्रसिद्धी करून ते भाग वगळणेत येतील.

व्याख्या

३) या नियमातील विषयात किंवा संदर्भात प्रतिकूल नसेल तेव्हा,
   (अ) आईबाप या शब्दात :
      १) मूल प्रत्यक्ष ज्यांचे देखरेखीखाली असा इसम किंवा,
      २) मुलाच्या रक्षणाची ज्यांच्यावर जबाबदारी आहे, असा पालक या दोन्हींचाही समावेश होतो.
   (ब) शिक्षणास योग्य वयाची मुले म्हणजे वयाच्या सातव्या वर्षापासून पूर्ण चौदा वर्षे होईपर्यंतची समजण्याची.
   (क) शाळा या शब्दाचा अर्थ :-

राजर्षी शाहू छत्रपती : पत्रव्यवहार आणि कायदे । ७७

१) सरकारी शाळा
२) सरकारने मदत दिलेली कोणतीही शाळा किंवा
३) राज्याच्या शिक्षण खात्याने वेळोवेळी परवानगी दिलेली कोणतीही शिक्षण संस्था.

(ड) मामलेदार या शब्दात महालकरी, अव्वल कारकून किंवा वेळोवेळी सरकारकडून ज्या अधिकाऱ्यांस मामलेदाराचे अधिकार देण्यात येतील, अशा कोणत्याही अंमलदाराचा समावेश होतो.

(इ) ठिकाण या शब्दात कोणत्याही शहराचा किंवा खेड्याचा समावेश होतो.

भाग दुसरा

शिक्षणाची सक्ती व तीस माफी

शिक्षणास योग्य वयाची मुले शाळेस पाठविली पाहिजेत.

४) सर्व आईबापांनी आपली शिक्षणास योग्य वयाची मुले शाळेस पाठविली पाहिजेत, परंतु खाली दिलेल्या कारणांपैकी कोणत्याही एका कारणाकरिता मुलास शाळेत येण्याची माफी दिली जाईल.

अपवाद

५) *शिक्षणास योग्य वयाची मुले शाळेस न पाठविण्यास खालील कारणे पुरी आहेत :*

(अ) इन्स्पेक्टर, असिस्टंट इन्स्पेक्टर किंवा वेळोवेळी सरकारांनी या बाबतीत अधिकार दिलेला दुसरा कोणताही अधिकारी यांजकडून खालील स्वरूपाचा दाखला मिळविल्यास,

(१) असे मूल शाळेशिवाय इतर रीतीने ठरविलेल्या इयत्ताप्रमाणे शिकत आहे,

(२) असे मूल आपण स्वत: घेतलेल्या परीक्षेत मराठी चौथ्या इयत्तेत किंवा हुजूर मंजुरीने शाळा खात्याच्या मुख्य अधिकाऱ्यांनी वेळावेळी ठरविलेल्या दुसऱ्या कोणत्याही इयत्तेत पास झाले आहे.

(ब) म्हातारपणामुळे अगर दुखण्यामुळे अशक्त झालेल्या आईबापाची शुश्रूषा करण्यास अशा मुलास जेव्हा घरी राहणे भाग असते,

(क) शारीरिक अगर मानसिक कायमच्या वैगुण्यामुळे जेव्हा असे मूल शिक्षणास अपात्र असते,

(ड) अशा मुलाच्या राहण्याच्या ठिकाणापासून एक मैलाच्या आत शाळा नसेल तेव्हा,

(इ) जेव्हा शाळा खात्याच्या मुख्य अधिकाऱ्यांनी हुजूर मंजुरीने दुसरे एखादे कारण ठरविले असेल तर; (२) पोटकलम १ याच्या अ (१) रकमेप्रमाणे दाखला मागितल्यास, (अ) रकमेच्या शेवटच्या भागात सांगितलेल्या अधिकाऱ्यांनी त्या मुलाबद्दल चौकशी करून दाखला द्यावा.

भाग तिसरा

आईबाप व शिक्षणास योग्य वयाची मुले यांचे रजिस्टर

६) ज्या ठिकाणी सक्तीच्या शिक्षणाची शाळा सुरू करण्याची ठरेल; त्या ठिकाणी शिक्षणास योग्य वयाचे मुलास शाळेस ताबडतोब पाठविले पाहिजे, असा जाहीरनामा मामलेदार यांनी कालावधी न करिता प्रसिद्ध करावा.

७) (१) ज्या ठिकाणी हा कायदा प्रथम लागू करण्याचे ठरेल, त्यातील शिक्षणास योग्य वयाच्या मुलांची यादी मामलेदाराने पाटील-कुलकर्णी यांच्या मदतीने व जरूर तर शाळाखात्यातील नोकरांच्या किंवा त्या ठिकाणच्या सभ्य गृहस्थांच्या मदतीने तयार करावी; ती हा कायदा लागू झाल्यापासून एक महिन्याचे आत तयार करावी व नंतर प्रत्येक वर्षी जुलै महिन्यात तयार करावी. त्या यादीची एक प्रत मामलेदाराने यादी तयार झाल्यापासून दुसऱ्या महिन्याचे अखेरचे आत त्या ठिकाणातील शाळांच्या हेडमास्तरास द्यावी व दुसरी एक प्रत चावडीवर किंवा अन्य प्रमुख स्थळी प्रसिद्धीची तारीख घालून चिकटवावी.

(२) शाळा मास्तराने ती यादी किंवा तिची एक प्रत शाळागृहाच्या दर्शनीय भागी लावावी.

(३) पोटकलम (२) यात सांगितलेल्या योग्य कोष्टकात, कोणा मुलास माफी दिली असेल तर लिहावी.

(४) पोटकलम (१) यात सांगितलेली यादी प्रसिद्ध केल्यावर त्या ठिकाणी याच सालात नवी मुले राहण्यास येतील, तर पाटील-कुलकर्णी यांनी किंवा शाळा मास्तरांनी मामलेदारास वर्दी द्यावी. मामलेदारास त्या मुलांची नावे यादीत घालावी, असे वाटल्यास पाटलामार्फत त्या मुलांच्या आईबापास सदर मुलास शाळेत पाठविण्याबद्दल हुकूम करावा.

८) या कायद्याप्रमाणे तयार केलेल्या यादीत नाव घातल्याबद्दल कोणाला हरकत करणे झाल्यास यादी प्रसिद्ध झाल्यापासून ३० दिवसांचे आत खालील कारणे

राजर्षी शाहू छत्रपती : पत्रव्यवहार आणि कायदे । ७९

लिहून अपील करावे :-

(अ) आपले मुलांची संख्या बरोबर यादीत घातली नाही,

(ब) आपले अथवा आपल्या मुलांचे नाव घालण्यास योग्य नसताना घातले गेलेले आहे,

(क) आपल्या मुलांपैकी काही विविक्षित मुलांना माफी मिळावी म्हणून,

९) (१) रावब. सरसुभे यांचेकडे अगर वेळोवेळी हुजूरकडून ज्या कामगारांची नेमणूक होईल, त्याजकडे वरील (८) कलमाप्रमाणे अपील होण्याचे आहे.

(२) त्यांनी दिलेला निकाल शेवटचा समजण्याचा आहे.

भाग चौथा

शिक्षा आणि अधिकार

१०) (१) शिक्षणास योग्य वयाच्या मुलांची यादीची प्रसिद्धी झाल्यापासून ३० दिवसांचे आत मुलांच्या आईबापांनी आपली मुले शाळेत पाठविली पाहिजेत, अथवा जर अपील केले असेल आणि अपिलात माफी मिळाली नसेल, तर अपिलाचे निकालाची समज मिळाल्यापासून तीस दिवसांचे आत मुले शाळेस पाठविली पाहिजेत.

(२) अपील ऐकणाऱ्या अधिकाऱ्याने अपिलाचे निकालाची समज संबंध असलेल्या हेडमास्तरास द्यावी.

११) शाळेत येण्याच्या ठरविलेल्या तारखेपासून सात दिवसांचे आत जर ती मुले शाळेत न येतील, तर सदर शाळेचे हेडमास्तर यांनी अशा मुलांची नावे व त्यांचे पालकांची नावे मामलेदार यांस कळवावी व ती मुले शाळेस येऊ लागेतोपर्यंत त्यांची नावे प्रत्येक महिन्यास मामलेदार यांस कळवीत असावे.

१२)(१) नियम ११ मध्ये सांगितल्याप्रमाणे मुलांचे नावांची यादी आलेवर त्यांच्या पालकांस मामलेदाराने समन्स काढावे आणि त्यांचे म्हणणे ऐकून घ्यावे व ते सयुक्तिक न दिसल्यास प्रत्येक मुलाबद्दल एक रुपयापर्यंत दंड करावा. हा दंड प्रत्येक महिन्यास मुले शाळेत जाईपर्यंत करावा.

(२) ज्या आईबापांना वरीलप्रमाणे दंड झाला असेल त्यांना दंड भरण्यास ते हजर असल्यास त्यांना समक्ष तोंडी सांगावे. अगर जे गैरहजर असतील यांना दंड भरण्याबद्दल लेखी नोटीस देण्यात यावी. मामलेदार यांजकडे नोटीस पोचल्यापासून ३० दिवसांचे आत दंड न भरल्यास लँड रेव्हिन्यूचे नियमाप्रमाणे जंगम जिंदगी जप्त

८० । राजर्षी शाहू छत्रपती : पत्रव्यवहार आणि कायदे

करून दंडाचा वसूल करावा.

१३)(१) शाळेत मुलांस घातल्यावर मुले शाळेत वेळच्या वेळी जातात की नाही, हे पाहणे हे आईबापाचे कर्तव्य समजले जाईल.

(२) तथापि, खाली नमूद केलेल्या कारणाकरिता मुले शाळेत हजर न राहिली तरी चालेल ती कारणे-

(अ) मूल आजारी असल्यास ते बरे होईपर्यंत,

(ब) कुटुंबातील अन्य कोणी आजारी असल्यास व त्याच्या शुश्रूषेसाठी मुलास घरी असावे लागल्यास,

(क) आईबापाच्या कामकाजास मुलाच्या मदतीची जरुरी असल्यास जास्तीत जास्त पंधरा दिवस, परंतु अशा प्रसंगी आईबापांनी शाळा मास्तरास आपला मुलगा हजर राहणार नाही, असे शक्य तितक्या लवकर कळवावे.

(१४) तेराव्या कलमात सांगितलेल्या प्रसंगाखेरीज अगर पूर्वी परवानगी घेतल्याखेरीज मुले जर सतत सहा दिवस गैरहजर राहिली अगर एका महिन्यात निरनिराळ्या वेळी मिळून १५ दिवस गैरहजर राहिली, तर हेडमास्तर यांनी चौकशी करावी व चौकशीअंती जर पालकाचा दोष आहे, असे दिसून आले, तर हेडमास्तरांनी मुलांची नावे, त्या मुलांच्या आईबापाची नावे व ती मुले किती दिवस गैरहजर होती, या माहितीचे पत्रक तयार करून पाटलाकडे पाठवावे.

(१५) असे पत्रक पाटलाकडे आल्यावर त्याने योग्य चौकशी करावी आणि ज्या आईबापाचा दोष असेल त्यांना पहिल्या प्रसंगी ६ २ आणेपर्यंत दंड करावा व पुढील प्रसंगी एक रुपयापर्यंत दंड करावा. मुलांचे पालक दंड करण्याचे प्रसंगी गैरहजर असतील तर त्यांना तसे कळवावे.

(१६) वर सांगितलेल्याप्रमाणे शिक्षा झाल्या तरी आईबाप आपली मुले शाळेत पाठवीत नाहीत व त्यांना मजुरी करण्याकरिता पाठवितात, अगर शेतात पाठवितात, असे दिसून आल्यास शिक्षा करणारे अधिकाऱ्यांनी एक रुपयापासून पाच रुपयांपर्यंत आईबापास दंड करावा; आईबाप जर हजर नसतील तर त्यांनी तसे कळवावे.

(१७)(१) पाटलाने प्रत्येक महिन्यात किती दंड व कोण कोणास केला याबद्दल पत्रक करून पुढील महिन्याच्या १५ तारखेच्या आत मामलेदाराकडे पाठवावे.

(२) हे पत्रक दाखल झालेपासून १५ दिवसांचे आत दंड दिला नसल्यास मामलेदाराने लँड रेव्हिन्यूच्या नियमाप्रमाणे जंगम जिंदगी जप्त करून वसूल करावा.

राजर्षी शाहू छत्रपती : पत्रव्यवहार आणि कायदे । ८१

(१८)(१) मामलेदार अगर पाटील यांनी केलेल्या दंडाच्या हुकुमावर अपील चालणार नाही; परंतु अनुक्रमे सरसुभे अगर मामलेदार यांजकडे दंडाचा हुकूम केल्यापासून ६० दिवसांचे आत तपासणी चालेल व तपासणी अखेरची समजणेची आहे.

(२)(अ) मामलेदार यांना आपण होऊन पाटलाने केलेल्या दंडाच्या हुकुमाची तपासणी करण्याचा अधिकार आहे.

(ब) सरसुभे यांनाही मामलेदार यांनी केलेल्या दंडाच्या हुकुमाची तपासणी करण्याचा अधिकार आहे, हा तपासणीचा निकाल शेवटचा समजण्याचा आहे.

भाग पाचवा

इतर बाबी

१९) या कायद्याप्रमाणे केले जाणारे अपील व इतर अर्ज यास एक आण्याचे कोट फीचे तिकीट लाविले पाहिजे.

२०) मुलांच्या आईबापांना एकंदर दंड झाला किती व त्यापैकी वसूल किती या संबंधाने तिमाही पत्रक मामलेदार यांना एज्युकेशनल इन्स्पेक्टर यांचेमार्फत पुढील महिन्याचे १५ तारखेचे आत सरसुभे यांजकडे पाठवावे.

२१) मुलांची यादी बिनचूक आली आहे किंवा नाही, मुलांना दिलेली माफी या आक्टामध्ये सांगितल्या कारणाकरिता आहे किंवा नाही, तसेच दंड योग्य रीतीने केला आहे किंवा नाही; व दंड वसूल करण्याची तजवीज ताबडतोब झाली आहे किंवा नाही, या गोष्टीकडे शाळाखात्याच्या अधिकाऱ्यांनी तपासणीच्या वेळी लक्ष पुरविले पाहिजे व वर सांगितलेल्या गोष्टींपैकी काही त्यांच्या नजरेस आल्यास त्यांनी सरसुभे यांजकडे रिपोर्ट केला पाहिजे.

२२) (१) कुलकर्णी याने शिक्षणाच्या कामी लागणारी सर्व प्रकारची मदत पाटील यांस केली पाहिजे.

(२) पाटील व कुलकर्णी या कायद्याअन्वये शिक्षणापुरत्या बाबींत शाळाखात्याचे नोकर समजण्याचे आहेत, तसेच इतर सर्व खात्यांतील नोकरांनी या कामी शाळाखात्याचे नोकरांस या कायद्याची अंमलबजावणी करण्याकामी हरएक मदत केली पाहिजे.

२३) सरसुभे यांना या कायद्याप्रमाणे शिक्षणाचे काम योग्य प्रकारे चालण्याकरिता

८२ । राजर्षी शाहू छत्रपती : पत्रव्यवहार आणि कायदे

आणखी काही नियम करणे जरूर वाटल्यास त्यांनी हुजूर आज्ञेने तसे नियम करण्यास हरकत नाही.
येणेप्रमाणे असे.

गोपाळ गंगाधर	**एन .पी. भिडे**	**बी. व्ही. जाधव**
चिटणीस	असि. सरसुभे	ॲ. सरसुभे

(करवीर सरकारचे गॅझेट, भा. १, ता. २९ सप्टेंबर १९१७)

ॐ २ ॐ

आंतरजातीय व आंतरधर्मीय विवाहास व नोंदणी पद्धतीस मान्यता देणारा कायदा

१२ जुलै १९१९

शाहू महाराजांच्या काळात आंतरजातीय/आंतरधर्मीय विवाह शास्त्रसंमत नसल्याने ते बेकायदेशीर ठरविले जात. असे विवाह धाडसाने करणाऱ्यांची, विशेषत: स्त्रीची मोठी ससेहोलपट होत असे. महाराजांनी असे विवाह कायदेशीर ठरविणारा व धर्मातील रूढींना फाटा देऊन ज्यांना नोंदणी पद्धतीने विवाह करायचा असेल त्यांना तसे कायदेशीर स्वातंत्र्य देणारा कायदा अमलात आणला. समाजसुधारणेच्या क्षेत्रातील हे एक क्रांतिकारक पाऊल होते.

या सुमारास सन १९१८ साली, मध्यवर्ती कायदेमंडळात विठ्ठलभाई पटेल यांनी आंतरजातीय विवाह कायदेशीर ठरविणारे बिल मांडले होते. हे बिल हिंदुस्थानच्या इतिहासात 'पटेल बिल' या नावाने प्रसिद्ध पावले. या बिलास सनातन्यांचे पुढारी लो. टिळक, शंकराचार्य डॉ. कुर्तकोटी यांचा तर कडवा विरोध झालाच; शिवाय पं. मदनमोहन मालवीय यासारख्यांनीही आपली प्रतिकूलता दर्शवली. तथापि, गुरुदेव रवींद्रनाथ टागोर, योगी अरविंद, लाला लजपतराय यांसारख्या अनेक थोर पुरुषांनी त्यास पाठिंबा दिला. महाराष्ट्रात सत्यशोधक/ ब्राह्मणेतर पक्षांच्या मंडळींनी हे बिल उचलून धरले. पटेल बिलाच्या रूपाने सनातनी-सुधारक यांच्यामधील संघर्ष पराकोटीस पोहोचला होता. या पार्श्वभूमीवर शाहू महाराजांचा हा कायदा अनेक दृष्टींनी लक्षणीय ठरतो.

या कायद्यांतर्गत विवाह नोंदणीच्या वेळी वराचे वय १८ वर्षे व वधूचे वय १४ वर्षे असले पाहिजे, असा निर्बंध घातला गेला. तसेच १८ वर्षे पूर्ण झालेल्या वधूस असा विवाह करण्यास पालकाच्या संमतीची गरज राहिली नाही. यापूर्वी सन १८९१ साली मध्यवर्ती कायदे मंडळाने 'संमती वयाचे बिल' पास करून विवाहाच्या वेळी वधूचे वय कमीत-कमी १२ वर्षे असले पाहिजे, असा निर्बंध घातला होता. या कायद्याविरुद्धही हा हिंदू धर्मावर हल्ला आहे, असा जोरदार आक्षेप त्या वेळी लो. टिळकादी पुढाऱ्यांनी घेतला होता. कोल्हापूरच्या कायद्यामधील वधूच्या वयाची १४ वर्षे पूर्ण करण्याची अट म्हणजे संमती वयाच्या कायद्याच्या पुढचे पाऊल होते.

कोल्हापूर इलाख्यातील विवाहासंबंधी कायदा

ज्यापेक्षा हिंदू आणि जैन यांच्यात हल्ली असंख्य जाती निर्माण झाल्या आहेत आणि भिन्न जातीच्या लोकांत विवाह होण्यास रूढीचा प्रतिबंध येतो, तथापि, हिंदू आणि जैन यांच्यामध्ये असे विवाह प्राचीन काळी सर्वसाधारपणे प्रचारात होते; आणि ज्यापेक्षा जैनास अगर हिंदूस जातिनिर्बंध न पाळता सदरहू दोहोंपैकी आपापल्या कोणत्याही धर्माच्या मनुष्याशी विवाह करण्याची मुभा असणे इष्ट आहे; आणि ज्यापेक्षा त्याच्याकरिता विवाहाचा एक प्रकार ठरवून देणे– तसेच ज्याचे कायदेशीरपणासंबंधाने शंका आहे असले काही विवाह कायदेशीर ठरविणे योग्य आहे; त्यापेक्षा यावरून खाली लिहिल्याप्रमाणे कायदा करण्यात येत आहे.

१) हे नियम सर्व कोल्हापूर इलाख्यास लागू आहेत.

२) हिंदूंमध्ये आर्यसमाजिस्टांचा समावेश होतो.

३) या नियमांतील ठरावाअन्वये ज्यांस विवाह करणेचे असतील, त्यांनी खाली लिहिलेल्यी शर्ती पाळल्या पाहिजेत.

१) विवाहाचे वेळी नवरीमुलीचा नवरा हयात असता कामा नये.

२) पुरुषांचे वय ग्रेगोरिअन कॅलेंडरप्रमाणे पूर्ण १८ वर्षांचे व स्त्रीचे १४ वर्षांचे होऊन गेले असले पाहिजे.

३) नवरीमुलीचे वय पूर्ण १८ वर्षांचे झाले नसेल, तर तिने आपला बाप अगर पालन करणारा याची संमती विवाहास मिळविली असली पाहिजे.

४) कोणत्याही कायद्यावरून त्यांचे लग्न गैरकायदेशीर ठरण्यासार खात्याचा नात्याचा अगर रक्ताचा परस्परसंबंध असता कामा नये, मात्र :

१) नाते अगर रक्तसंबंध यासंबंधी कायदा अगर रूढी याशिवाय अन्य कोणच्याही कायद्यावरून अगर वहिवाटीवरून त्यांना लग्न करण्यास प्रतिबंध येणार नाही.

२) रक्तसंबंधाच्या कोणत्याही कायद्यावरून अगर वहिवाटीवरून त्यांचे लग्नास प्रतिबंध येणार नाही. पण, त्यांच्यामध्ये एका मूळ पुरुषापासून निपणजाचे अगर निपजीपेक्षा अधिक जवळचे नात्याचा संबंध येत असेल असे नाते असता कामा नये. अगर एक जण दुसऱ्याचा सरळ मूळ पुरुष अगर सरळ मूळ पुरुषाचा भाऊ अगर बहीण असता कामा नये.

४) या नियमाअन्वये स्थानिक सरकारांनी एक अगर अनेक विवाह नोंदणारांची नेमणूक नावाने अगर हुद्द्याच्या नात्याने त्यांच्या अमलाखाली येणाऱ्या प्रदेशापुरती करावी. याप्रमाणे नेमलेल्या कामगारास 'सन १९१८ चे विशेष विवाहाचे नियमाप्रमाणे विवाहाचे नोंदणारे' म्हटले जाईल आणि त्यास त्यापुढे येथे नोंदणारे एवढेच म्हटले आहे. याप्रमाणे जेवढ्या प्रदेशापुरती अशा कामगाराची नेमणूक करण्यात येईल; त्या प्रदेशास त्याचा डिस्ट्रिक्ट असे मानण्यात येईल.

५) या नियमाअन्वये विवाह करून घेण्याचा बेत असेल, तेव्हा एक पक्षाने ज्या नोंदणाऱ्यासमोर तो विवाह होणार असेल, त्या नोंदणारास लेखी नोटीस दिली पाहिजे. अशी नोटीस ज्या नोंदणारास दिली असेल, त्याचे डिस्ट्रिक्टात विवाहातील निदान कोणचा तरी एक पक्ष नोटीस देणेपूर्वी १४ दिवसपर्यंत राहणारा असला पाहिजे.

ही नोटीस या नियमाचे प्रथम परिशिष्टात नमुना दिल्याप्रमाणे देता येईल.

६) नोंदणाराने या सर्व नोटिसा फाइल करून आपल्या दप्तरचे कागदपत्रासोबत ठेविल्या पाहिजेत आणि 'विवाह नोटीस बुक' म्हणून त्यास सरकारातून मिळेल त्या बुकास त्याची खरी नक्कल दाखल केली पाहिजे. हे बुक सर्व योग्य वेळी सर्व लोकांस फीशिवाय पाहण्याची मोकळीक राहील.

७) चवथ्या नियमाप्रमाणे योजिलेल्या विवाहाची नोटीस दिल्यानंतर १४ दिवसांनी तो विवाह करण्यास हरकत नाही. मात्र, त्यास खाली लिहिल्याप्रमाणे हरकत

८६ । राजर्षी शाहू छत्रपती : पत्रव्यवहार आणि कायदे

आली नसली पाहिजे. अशा विवाहास नियम २ यातील रकम १।२।३।४ यात सांगितलेल्या एक अगर अनेक शर्तींची हरकत येते अशाविषयी कोणाही मनुष्यास हरकत कळविता येईल.

नोंदणाराने सदरप्रमाणे कळविलेल्या हरकतीचे स्वरूप नोंदबुकात नोंदले पाहिजे आणि जरूर तर ते हरकत कळविणारास वाचून दाखवून समजावून दिले पाहिजे आणि त्यावर त्याने अगर त्याजकरिता म्हणून दुसऱ्याने सही केली पाहिजे.

८) याप्रमाणे हरकतीची नोटीस आलेनंतर नोटीस आलेपासून १४ दिवस होऊन जाईपर्यंत जर त्या वेळी योग्य अधिकार असणारे कोर्ट उघडे असेल, तर नोंदणाराने विवाह लावू नये किंवा जर असे कोर्ट त्या वेळी उघडे नसेल, तर ते उघडे झाल्यानंतर १४ दिवस होऊन जाईपर्यंत नोंदणाराने तो विवाह लावू नये.

९) होणारे विवाहास हरकत कळविणारे इसमास तो विवाह नियम २ यातील रकम १।२।३ अगर ४ यात सांगितल्यापैकी एक अगर अनेक शर्तींच्या विरुद्ध होईल असे ठरवून मिळण्याकरिता (लहान दाव्याचे कोर्ट नव्हे अशा) स्थानिक अधिकार असणारे कोणच्याही दिवाण कोर्टात दावा अखत्यार आहे.

१०) असा दावा ज्या कामगारासमोर दाखल झाला असेल त्या कामगाराने तसा दावा दाखल झाल्याबद्दल दावा दाखल करणारे इसमास दाखला दिला पाहिजे आणि त्या वेळी योग्य अधिकार असणारे कोर्ट उघडे असेल, तर हरकतीची नोटीस आल्यापासून १४ दिवसांत किंवा असे कोर्ट त्या वेळी उघडे नसेल तर ते उघडल्यानंतर १४ दिवसांचे आत जर असा दाखला नोंदणाराचे हवाली करण्यात येईल; तर त्या कोर्टाकडून निकाल होईपर्यंत आणि त्या निकालावर कायद्याने अपील ठेविले असेल त्या अपिलाची मुदत खलास होईपर्यंत अगर अपील झाले असल्यास अपील कोर्टाकडून निकाल होईपर्यंत तो विवाह लावण्यात येऊ नये.

मागील पारिग्राफात सांगितल्याप्रमाणे त्या रीतीने व त्या मुदतीत जर तसा दाखला हवाली केला नसेल अगर जर कोर्टाचा निकाल असा होईल की, अशा विवाहामुळे नियम २ यातील रकम १।२।३।४ यात सांगितल्याप्रमाणे एक अगर अनेक शर्तीचे उल्लंघन होत नाही, तर तो विवाह लावण्यास हरकत नाही. जर कोर्टाचा निकाल असा होईल की, त्या विवाहामुळे नियम २ रकम १।२।३ अगर ४ यातील एक अगर अनेक शर्तींचे उल्लंघन होत आहे, तर तो विवाह लाविता कामा नये.

राजर्षी शाहू छत्रपती : पत्रव्यवहार आणि कायदे । ८७

११) नियम ७ यात सांगितल्याप्रमाणे ज्या कोर्टात तसा दावा दाखल करण्यात आला असेल; त्या कोर्टास जर असे दिसून येईल की, कळविलेली हरकत सयुक्तिक आणि इमाने इतबारे समजुतीची नाही, तर हरकत कळविणारे इसमास एक हजार रुपयांहून अधिक नाही इतका दंड करण्याचा व तो अगर त्याचा कोणचाही अंश त्या विवाहाच्या पक्षास देण्याचा त्या कोर्टास अखत्यार आहे.

१२) याप्रमाणे विवाह लावण्यापूर्वी उभयपक्ष आणि तीन साक्षीदार यांनी नोंदणाराचे समक्ष या नियमाच्या दुसऱ्या परिशिष्टात दिलेल्या नमुन्याप्रमाणे इकरार करून त्यावर आपली सही करावी. वधूचे वयास जर १८ वर्षे पुरी झाली नसतील, तर विधवेचा प्रसंग खेरीज करून सदरहू इकरारावर तिच्या बापाची अगर पालकाचीही सही झाली पाहिजे आणि प्रत्येक प्रसंगी त्यावर नोंदणाराची मखलासी झाली पाहिजे.

१३) नोंदणारा व इकरारावर सही करणारे तीन साक्षीदार यांच्या समक्ष विवाह लावण्यात आला पाहिजे. तो कोणत्याही पद्धतीने लावला तरी चालेल, मात्र प्रत्येक पक्षाने दुसऱ्या पक्षास नोंदणार व साक्षीदार यांच्या समक्ष व त्यांस ऐकू जाईल तशा तऱ्हेने 'मी तुजला माझी/माझा कायदेशीर बायको/नवरा म्हणून पत्करिले आहे' याप्रमाणे अगर त्यांची जन्मभाषा असेल त्या भाषेत सदरहू अर्थाचे वाक्य उच्चारिले पाहिजे.

१४) विवाह लावणेचा तो पक्षांचे इच्छेनुरूप नोंदणाराचे कचेरीत लावावा अगर त्या कचेरीपासून बेतवार अंतरावर असणारे दुसरे एखादे जागी लावावा. मात्र, नोंदणाराचे ऑफिसखेरीज इतर ठिकाणी विवाह लावणे झाल्यास त्याजबद्दलच्या शर्ती ठरविण्याचा व अधिक फी किती देण्याची ते ठरविण्याचा अधिकार स्थानिक सरकारास आहे.

१५) विवाह लावण्यात आल्यानंतर त्याचा दाखला नोंदणाराने त्याकरिता ठेवण्यात आलेल्या बुकात या नियमाच्या तिसऱ्या परिशिष्टात दिलेल्या नमुन्याप्रमाणे नोंदावा. या बुकास 'सन १९१८ च्या लग्नसंबंधी विशेष नियमाप्रमाणे होणाऱ्या विवाहाचे दाखले बुक' असे म्हणावयाचे आहे. या दाखल्यावर विवाहाच्या उभयपक्षांच्या व तीनही साक्षीदारांच्या सह्या झाल्या पाहिजेत.

१५) (अ) श्रीमन्महाराज छत्रपतीसाहेब सरकार करवीर यांजकडून हुकूम होईल त्याप्रमाणे त्या-त्या मुदतींनी वेळोवेळी ठरविण्यात येईल त्या नमुन्याप्रमाणे विवाहाच्या दाखलेबुकातील नोंदीच्या नकला त्या खऱ्या असल्याचे दाखल्यासह गेल्या शेवटच्या मुदतीनंतरच्या नोंदणी करणाऱ्याने दिवाण सरकार करवीर यांजकडे पाठविल्या पाहिजेत.

१६) या नियमाप्रमाणे नोंदणाराने जी कामे करण्याबद्दल सांगितले आहे; त्याबद्दल त्यास किती फी देणेची ते स्थानिक सरकार ठरवील.

सदरहू फीचे मागणे, नोंदणाराने त्यास योग्य वाटेल तर विवाह लावणेपूर्वी किंवा ज्या कर्तव्याबद्दल फी मिळणे असेल, ते कर्तव्य करण्याच्या पूर्वी करण्यास हरकत नाही.

वर सांगितलेले विवाहाचे दाखले बुक कोणत्याही योग्य वेळी पाहण्यास मिळण्याची मोकळीक राहील आणि त्यात असलेल्या मजकुराच्या खरेपणाबद्दलचा पुरावा म्हणून ते ग्राह्य करण्यात येईल. त्यावरून दाखले उतारे मिळण्याबद्दल अर्ज आल्यास ते स्थानिक सरकार ठरवितील त्याप्रमाणे फी जमा झाल्यावर नोंदणी करणाराने तयार करून दिले पाहिजेत.

१७) जी कोणतीही स्त्री त्या वेळी विवाहित असून, या नियमाप्रमाणे आणखी आपला विवाह लावून घेईल, ती इं.पि.कोड कलम ४९४ अगर ४९५ प्रमाणे अपराधी समजण्यात येईल आणि असा लाविलेला विवाह रद्द आहे.

१८) या नियमाप्रमाणे ज्या कोणत्याही स्त्रीचे लग्न झाले असून, नवरा हयात असताना दुसरे लग्न लावून घेईल; ती अशा दुसऱ्या लग्नाचे वेळी कोणत्याही धर्माची म्हणून नवरा हयात असता दुसरे लग्न लावून घेतल्याच्या अपराधाबद्दल इं.पि.कोड कलम ४९४/४९५ यात सांगितलेल्या शिक्षेस पात्र होईल.

१९) या नियमाअन्वये झालेल्या सर्व विवाहांस कोल्हापूरचे डायव्होर्स (विवाहबंधविनिमोचनचे) नियम लागू आहेत आणि असे कोणतेही लग्न त्या नियमांत ठरविल्याप्रमाणे व त्यांत सांगितल्या कारणांकरिता अगर या नियमाचे कलम २ रकम १।२।३ अगर ४ यांतील एक अगर अनेक शर्तींविरुद्ध झाल्या कारणाने रद्द अगर बंधनमुक्त ठरविण्यास हरकत नाही.

२०) या नियमाअन्वये झालेल्या विवाहापासून उत्पन्न झालेली प्रजा जर या नियमाअन्वये विवाह करतील, तर एकरक्तसंबंध व नात्याचा संबंध या कारणाने विवाहाच्या मनाईविषयी जो कायदा त्याच्या बापास लागू होता, तोच त्यासही लागू राहून या नियमांतील कलम २ चे अपवाद लागू होतील.

२१) या नियमाप्रमाणे जे विवाह झाले नाहीत त्या विवाहाच्या कायमपणास या नियमांत काही सांगितले असले, तरी त्यावरून बाध येणार नाही. तसेच विवाह ठरविण्याच्या पद्धतीच्या कायमपणासही प्रत्यक्ष अथवा अप्रत्यक्षरीतीने या नियमावरून बाध येतो, असे मानण्यात येणार नाही. पण, जर अशा पद्धतीच्या कायमपणासंबंधाने यानंतर केव्हा कोर्टासमोर प्रश्न उत्पन्न होईल, तेव्हा त्या प्रश्नाचा निर्णय हे नियम झालेच नाहीत, असे. समजून केला पाहिजे.

राजर्षी शाहू छत्रपती : पत्रव्यवहार आणि कायदे । ८९

२२) कोणत्या मनुष्याने या नियमांत सांगितलेला कोणताही इकरार अगर दाखला खोट्या हकिकतीचा आणि तो खोटा असल्याचे त्यास माहीत आहे अगर तो खरा आहे असे मानीत नाही असा केला, त्याजवर सही केली अगर साक्ष घातली, तर. त्याने इं.पि.कोड क्र. १९९ यात सांगितलेला अपराध केला आहे असे मानण्यात येईल.

२३) श्रीमन्महाराज छत्रपतीसाहेब सरकार करवीर यांचे अमलाखालील मुलखात चालू असलेल्या ज्या कोणत्याही कायद्यावरून 'कोणा स्त्रीने अगर पुरुषाने आपला धर्म राखून, पण आपल्या जातीशी व्यवहार ठेवण्याचे सोडल्याकारणाने अगर तसा व्यवहार ठेवण्याचे मना केल्याकारणाने किंवा जातिबाह्य ठेविल्याकारणाने त्यांचा हक्कसंबंध अगर मालमत्ता सरकारजमा व्हावी लागत असेल किंवा कोणच्याही प्रकारे वारशाच्या हक्कास कमीपणा अगर बाध येत असेल; तितक्या अंशी' तो कायदा कोल्हापूर इलाख्यातील कोर्टात कायद्याप्रमाणे चालू राहण्याचे बंद राहील.

९० । राजर्षी शाहू छत्रपती : पत्रव्यवहार आणि कायदे

परिशिष्ट पहिले - (नियम ४ था पाहा)

विवाहाची नोटीस

सन १९१८ चे विवाहाचे विशेष नियमाप्रमाणे करवीर इलाख्याचे विवाहाचे नोंदणी करणार यास

मी या लेखावरून तुम्हास नोटीस देत आहे की, नोटिशीचे तारखेपासून तीन कॅलेंडर महिन्यांचे आत १९१८ चे विवाहाचे विशेष नियमाप्रमाणे मी व यात नाव व वर्णन दाखल केलेला दुसरा पक्ष यांच्यामध्ये विवाह करण्याचा बेत आहे. म्हणजे-

नावे	स्थिती अगर धंदा	दर्जा	वय ठिकाण	राहण्याचे	राहिलेची मुदत
अब.	अविवाहित विवाहित	जमीनवाला	पूर्ण वयाचा अल्पवयी	....	२३ दिवस
कड.	विधवा अविवाहित वधू	.....	.....	.....	.....

याचे साक्षीकरिता आज ता..... माहे..... सन..... इ. रोजी स्वदस्तुरची सही केली आहे.

सही : अ......

ब......

परिशिष्ट दुसरे - (नियम १० पाहा)

वराने इकरार करण्याचा तो -

मी अ. ब. या लेखावरून इकरार करितो की,

१) मी सध्याच्या वेळी विवाहित/ अविवाहित अगर विधुर आहे.

२) मी विवाहाचे विशेष नियम १९१८ प्रमाणे विवाह करू पाहतो.

३) मी हिंदू अगर जैन जातीचा/ आर्यसमाजवाला आहे.

४) माझे वयाला १८ वर्षे पूर्ण झाली आहेत.

राजर्षी शाहू छत्रपती : पत्रव्यवहार आणि कायदे । ९१

५) ज्या कायद्यास मी पात्र आहे अगर क. ड. (नवरी) पात्र आहे, त्या कायद्याप्रमाणे आणि १९१८ चे विवाहाचे विशेष नियमाचे कलम २ रकम ४ यातील ठरावाप्रमाणे आमच्यामध्ये विवाह होणे गैरकायदेशीर होईल अशा प्रकारे एकरक्तसंबंध अगर नाते याच्या कोणच्याही डिग्रीचे माझे व क.ड. (नवरी) चे नाते नाही.

६) या इकरारातील कोणतीही हकिकत खोटी असून, ती सांगताना खोटी असल्याचे मला माहीत असेल अगर तसे मी मानत असेन किंवा तरी खरी असल्याचे मी मानत नसेल, तर मजला कैद होण्यास व आणखी दंड होण्यास मी पात्र आहे, हे मी जाणून आहे.

सही : अ...... ब...... (नवरा)

नवरीने करून देण्याचा इकरारनामा

मी क. ड. या लेखावरून इकरार करिते की,

१) मी सध्याचे वेळी अविवाहित अगर विधवा आहे किंवा सोडचिठ्ठी मिळविली आहे.

२) मी १९१८ चे विवाहाचे विशेष नियमाप्रमाणे विवाह करू इच्छिते.

३) मी जातीची हिंदू अगर जैन आहे अगर आर्यसमाजपंथी आहे.

४) माझे वयास चवदा वर्षे पूर्ण झाली आहेत.

५) ज्या कायद्यास मी अगर अ.ब. (नवरा) पात्र आहे, त्या कायद्याप्रमाणे अगर १९१८ चे विवाहाचे विशेष नियमाचे कलम २ रकम ४ यातील ठरावाप्रमाणे आम्हामधील विवाह गैरकायदेशीर ठरेल अशा प्रकारे एकरक्तसंबंध अगर नाते याच्या कोणत्याही डिग्रीचे अ.ब. याच्याशी माझे नाते नाही. (आणि विधवा नसल्यास नवरीचे वय १८ वर्षे पूर्ण झाली नसतील तेव्हा)

६) म. न. माझा बाप (अगर पालन करणार जसे असेल तसे) यांची मी स्वत: आणि अ.ब. यांच्यामध्ये विवाह होण्याविषयी कबुली झाली असून, ती परत घेतलेली नाही.

७) या इकरारातील कोणतीही हकिकत खोटी असून, ती सांगताना खोटी असल्याचे मला माहीत असेल अगर तसे मी मानत असेन किंवा खरी असल्याचे मी मानत नसेल, तर मजला कैद होण्यास व आणखी दंडही होण्यास मी पात्र आहे, हे मी जाणून आहे.

सही : क. ड. (नवरी)

वर नावे लिहिलेली अ.ब आणि क.ड. यांनी आमच्या समक्ष सह्या केल्या आहेत.

१) मी सध्याच्या वेळी विवाहित / अविवाहित अगर विधुर आहे.

१) ग. द.

२) य.ज.   (तिघे साक्षीदार)

३) क .ल.

(आणि नवरी विधवा नसेल, तेव्हा तिचे वयास १४ वर्षे पूर्ण झाली नसतील तर.) वर लिहिलेली क.ड.इ.ने माझ्या समक्ष व माझ्या कबुलीने सही केली आहे. म.न. वर लिहिलेली क.ड.इ.चा बाप (मखलाशी अगर पालक जसे असेल तसे.)

ई.फ.

१९१८ चे विशेष नियमाप्रमाणे करवीर इलाख्याचे विवाहाचे नोंदणार ता......

माहे....... सन........

৵৽৻

परिशिष्ट तिसरे - (क्र. १३ पाहा)

नोंदणाराचा दाखला

मी ई.फ. दाखला देतो की, अ.ब. आणि क.ड. हे ता...... माहे..... सन १९...... इ. रोजी माझे समोर हजर राहिले आणि या प्रत्येकाने माझ्या समक्ष या खाली सही करणारे तीन विश्वसनीय साक्षीदार यांच्या समक्ष १९१८ चे विवाहाचे विशेष नियमाप्रमाणे जरूर असणारा इकरारनामा केला असून, सदरहू नियमाप्रमाणे त्यांचा विवाह माझे समक्ष झाला आहे.

(सही)

ई.फ.................

करवीर इलाख्याचा नोंदणारा

(सही) अ.ब.............

क.ड.............

ग.ह

य.ज.   (तिघे साक्षीदार)

क.ल.

तारीख........ माहे....... सन १....... ईसवी.

शाहू छत्रपती

('कोल्हापूर सरकारचे गॅझेट, भाग ४, १२ जुलै १९१९' मधून)

৵৽৻

राजर्षी शाहू छत्रपती : पत्रव्यवहार आणि कायदे । ९३

ॐ ३ ॐ

स्त्रियांच्या छळवणुकीस प्रतिबंध करणारा कायदा

२ ऑगस्ट १९१९

शाहू महाराजांचे समाज-निरीक्षण जबरदस्त होते. समाजातील दुबळ्या वर्गांना न्यायाने व समतेने वागविले पाहिजे, ही त्यांची भूमिका होती. या भूमिकेतूनच त्यांनी स्त्रियांना क्रूरपणे वागविण्यास प्रतिबंध करणारा हा कायदा अमलात आणला. शिक्षणाच्या प्रसाराबरोबर स्त्रियांचीही स्थिती सुधारेल हे तत्त्व त्यांना मान्य असले तरी हे काम मंद गतीने चालणारे आहे, असे त्यांना वाटत होते. या कायद्याचा उद्देश स्पष्ट करताना ते म्हणतात, ''शिक्षणाचा परिणाम लवकर घडून यावा, या हेतूसाठी मनुष्यांस कायद्याचे दहशतीची मदत पाहिजे,

ही गोष्ट दिसून येते आहे. 'सर्व गोष्टी रीतीप्रमाणे व क्रमाक्रमाने होत आहेत, आपण त्यात हात घालण्याचे कारण नाही' हे तत्त्व फक्त उच्च प्रतीच्या सुधारलेल्या समाजालाच लागू पडणारे आहे. मागासलेल्या लोकांची सामाजिक सुधारणा घडवून आणण्याचे काम कायद्याची मदत घेतल्यावाचून केव्हाही होणार नाही.'' म्हणूनच स्त्रियांच्या छळाच्या नाना प्रकारास शिक्षा करणारा हा कायदा महाराजांनी तयार केला. आमच्या समजुतीप्रमाणे अशा प्रकारचा हिंदुस्थानातील हा पहिला पुरोगामी कायदा असावा.

स्त्रियांना क्रूरपणाने वागविणेचे नाहीसे करावे किंवा त्यास प्रतिबंध करावा म्हणून केलेले नियम

बाब १

प्रस्तावना

नियम करणेचे उद्देश :- इं. पि. कोडमध्ये ज्यासंबंधी सांगितले नाही, अशा प्रसंगी स्त्रियांना क्रूरपणाने वागविण्याबद्दल शिक्षा करण्याबाबत कायदा करणे योग्य आहे, असे दिसून आल्यावरून खालीलप्रमाणे कायदा करण्यात येत आहे.

१.कायद्याचे नाव, आरंभ आणि त्याची व्याप्ती

या नियमांना 'स्त्रियांना क्रूरपणाने वागविण्याचे बंद करण्याबद्दल नियम' असे नाव दिले आहे. आणि तारीख २ ऑगस्ट १९१९ पासून ते अमलात येतील. हे नियम करवीर संस्थानातील सर्व हिंदी प्रजेस लागू होतील'. आणि रेसिडेंट साहेबांनी, मंजूर केल्यास ते फ्युडेटरी जहागिरीनाही लागू होतील.

२.   **शब्दांच्या अर्थाचे कलम :** विषयास अगर पूर्वापार संबंधास बाध येत नसेल तर, या नियमामध्ये पुढील शब्दांचा अर्थ पुढे लिहिल्याप्रमाणे करणेचा आहे. म्हणजे,

(अ) 'क्रूरपणाची वागणूक' म्हणजे, तिच्या योगाने अयोग्य प्रकारची अनावश्यक शारीरिक दु:ख अगर पीडा उत्पन्न होते, अगर जिच्या योगाने प्रकृतीस इजा होणेसारखे मानसिक क्लेश होतात, अगर जिच्या योगाने प्रकृतीस शारीरिक अगर मानसिक मोठी इजा होण्यासारखी, योग्य भीती उत्पन्न होते, ती वागणूक.

(ब) 'तो' हे सर्वनाम आणि विभक्ती लागून झालेले शब्द हे पुरुष अगर स्त्री

कोणत्याही मनुष्याच्या अर्थाने योजिले आहेत.

(क) एकवचनाच्या शब्दात बहुवचनाचा समावेश होतो. आणि बहुवचनामध्ये एकवचनाचा समावेश होतो.

(ड) 'समजुतीचे वय' म्हणजे १६ वर्षे.

(ई) या नियमांत योजिले शब्द ज्यांची या कायद्यामध्ये व्याख्या केलेली नाही, परंतु इं. पि. कोड व क्रि. प्रो. कोड यांत व्याख्या केलेली आहे, त्या शब्दांचे अर्थ त्या-त्या कोडात सांगितलेप्रमाणे आहेत असे समजावे.

बाब २

साधारण अपवाद

३. इं. पि. कोडाची कलमे ७६ ते १०६ (दोन्ही धरून) यांचा समावेश या नियमांत केलेला आहे व ती कलमे या कायद्यात प्रत्यक्ष घातल्याप्रमाणे त्यांचा परिणाम समजणेचा आहे.

बाब ३

या नियमाखालील अपराध

४. जो कोणी समजुतीचे वयात आलेला असून पूर्वीचे व्याख्येत सांगितल्याप्रमाणे कोणीही स्त्रीशी आपखुशीने क्रूरपणाची वागणूक करील, तर त्यास दोहो प्रकारांपैकी कोणत्याही एका प्रकारच्या कैदेची शिक्षा दिली पाहिजे; आणि ती कैद सहा महिनेपर्यंत ठरविणेचा अखत्यार आहे; किंवा त्यास दंडाचीही शिक्षा दिली पाहिजे; आणि तो दंड २०० रुपयेपर्यंत करणेचा अखत्यार आहे; किंवा दोन्ही शिक्षा दिल्या पाहिजेत. आणखी असेही ठरविण्यात येते की, ज्या स्त्रीस क्रूरपणाने वागविले ती स्त्री समजुतीचे वयात आली नसेल, तर ती शिक्षा दुप्पट करण्याचा अखत्यार आहे.

खुलासा : - कैद दोन प्रकारची आहे. १. सक्तमजुरीची. २. साधी.

उदाहरणे

अ. आपली बायको राहत असलेल्या आपल्या घरी अ हा आपखुशीने एक रखाऊ स्त्रीस आणतो, आणि आपल्या स्त्रीच्या इच्छेविरुद्ध आणि ती नको म्हणत असता, त्या रखाऊ स्त्रीस त्या घरी ठेवतो; आणि त्या योगे आपल्या स्त्रीच्या प्रकृतीवर शारीरिक अगर मानसिक मोठी इजा होईल, अशी योग्य भीती उत्पन्न करतो.

अ हा या नियमान्वये अपराध केलेबद्दल गुन्हेगार आहे.

ब. अ चे धाकटे भावाची एक विधवा आहे. ती त्याच्या कुटुंबापैकी एक इसम आहे. तिला आपले ताब्यात ठेवणेसाठी अ हा सतत दोन दिवस आणि दोन रात्री तिला मुद्दाम अन्नपाण्यावाचून ठेवतो किंवा तिला झोप लागू न देता उभी करितो.

अ हा या कायद्याप्रमाणे गुन्हेगार आहे.

क. अ हा मुद्दाम बरेच दिवस आपल्या स्त्रीचा सहवास टाळतो किंवा तिची मुद्दाम अवहेलना करितो; आणि अशा टाळण्याने आणि अवहेलनेने तिच्या प्रकृतीस शारीरिक अगर मानसिक मोठी इजा होणेची योग्य भीती तो उत्पन्न करतो.

अ हा या नियमाप्रमाणे अपराध केल्याप्रमाणे गुन्हेगार आहे.

ड. अ ही आपल्या सुनेस मुद्दाम अत्यंत उपमर्दक भाषा वापरून किंवा तिजवर थुंकून किंवा तिला रस्त्यावरून ओढून चारचौघांत तिच्या मनाला धक्का देते आणि त्या योगे तिच्या प्रकृतीस शारीरिक अगर मानसिक मोठी इजा होण्यास योग्य अशी भीती उत्पन्न करते.

अ ही या नियमान्वये अपराध केलेबद्दल गुन्हेगार आहे.

ई. ब ही अ ची सावत्र आई आहे आणि ती अ वर अवलंबून आहे. तिच्या मनास दु:ख व्हावे म्हणून तिच्या समक्ष बुद्धिपुरस्सर अ हा तिचे मुलांना वाईट रीतीने वागवितो; आणि असे करून ब च्या प्रकृतीस शारीरिक अगर मानसिक मोठी इजा होणेसारखी भीती उत्पन्न करितो.

अ हा नियमान्वये अपराध केलेबद्दल गुन्हेगार आहे.

फ. अ हा आपल्या स्त्रीची, तिच्या पातिव्रत्यासंबंधी वारंवार आणि निराधार दूषणे देऊन, बेअदबी करितो आणि त्या कारणावरून, तिच्याकडे दुर्लक्ष करून, आणि तिला अर्धपोटी ठेवून, तिला इतक्या जुलमाने वागवितो की, तिला वेड लागल्यासारखी भीती उत्पन्न होते.

अ हा नियमान्वये गुन्हेगार आहे.

५. वरील शेवटचे नियमान्वये अपराध केल्याबद्दल एखाद्या इसमास शिक्षा झाली आणि पुन्हा त्याच नियमाखाली अपराध केल्याबद्दल पुन्हा तो गुन्हेगार ठरला, तर त्यास दोहो प्रकारांपैकी कोणत्याही एका प्रकारचे कैदेची शिक्षा द्यावी; आणि ती दोन वर्षेपर्यंत देणेचा अखत्यार आहे; शिवाय तो दंडासही पात्र होईल.

अ. या नियमान्वये अपराध केल्याबद्दल कोणा इसमाचा तपास अगर चौकशी चालू आहे, असे असता, त्याच इसमाविरुद्ध वरील नियमाखाली पुन्हा त्या इसमाने अपराध केला असेल, तर त्या दुसऱ्या गुन्ह्याबद्दलची चौकशी

राजर्षी शाहू छत्रपती : पत्रव्यवहार आणि कायदे । ९७

चालू चौकशीचे वेळीच होईल आणि त्यावर गुन्हा शाबीत झाल्यास तो जास्त शिक्षेस पात्र होईल.

ब. या नियमान्वये तपास अगर चौकशी चालू असता त्यातील फिर्यादी आरोपीचे अंगावर चालून जाईल अगर त्याची उपमर्द करील, तर ते अंगावर जाणे, अगर उपमर्द करणे शाबीत झाल्यास, निकाल सांगणेच्या पूर्वी, केव्हाही फिर्यादीची फिर्याद काढून टाकण्यास पात्र होईल. फिर्याद काढून टाकण्यास अंगावर जाणे व उपमर्द करणे, कोणत्या प्रकारचे पाहिजे, हे ठरविणे केवळ मूळ अपराधाचा तपास अगर चौकशी करणाऱ्या कोर्टाचे मर्जीवर आहे.

६. साह्य करण्यासंबंधी इं. पि. कोडमध्ये जी कलमे व त्यांच्या व्याख्या आहेत,ती सर्व कलमे या कायद्याखालील अपराधांचे साह्यास लागू आहेत.

बाब ४

७. या कायद्याखालील सर्व गुन्ह्यांची चौकशी सेशन कोर्ट अगर १ ला अगर २ रा वर्ग मॅजिस्ट्रेट यांनी करावी; आणि ती प्रचलित क्रि. प्रो. कोडप्रमाणे करावी.

८. एखाद्या स्त्रीसंबंधाने जी वागणूक झाली, असे म्हणणे असेल, ती वागणूक, इं.पि. कोडाप्रमाणे अपराध होईल, किंवा या कायद्याप्रमाणे अपराध होईल, याजबद्दल शंका येईल त्या प्रसंगी, आरोपीवर वैकल्पिक चार्ज करावा, परंतु इं.पि.कोडप्रमाणे त्या अपराधास जी शिक्षा सांगितली आहे, त्यापेक्षा जास्त शिक्षेस तो पात्र होणार नाही.

९. या कायद्याखालील प्रत्येक अपराध हा नॉन-कॉग्निजिबल आहे, जामिनाचा आहे व तो आपसात भागवता येईल.

१०. एखादे कज्यातील अखेरचा निकाल होणेपूर्वी, यापुढे आपण फिर्यादीस क्रूरपणाने वागवणार नाही, असे जर आरोपी कबूल करील, तर कोर्टांनी ती फिर्याद निकालात टाकावी आणि मर्जीस येईल तर, ५० रुपयेपेक्षा जास्त नाही, अशी योग्य ती रक्कम, त्या स्त्रीस आरोपीकडून देवविणेबद्दल हुकूम करावा.

११. या कायद्याचे धोरणास विरुद्ध नाहीत, अशा रीतीने चालू क्रि. प्रो. कोडाची कलमे लागू आहेत असे समजावे.

हा कायदा करण्याचा उद्देश व त्याची कारणे

अनुभवांती असे दिसून आले आहे की, पाश्चिमात्य शिक्षणाचा प्रसार फार मंद गतीने होत आहे; म्हणून हिंदुस्थानातील स्त्रियांची स्थिती सुधारणेचे कामी त्या

शिक्षणाचा उपयोग व्हावा तितका होत नाही. हिंदुस्थानातील लोकांचे जे निरनिराळे समाज आहेत, त्यांच्या शास्त्रकारांनी हिंदू कुटुंबाचे पुढाऱ्यांना प्रसंग विशेषी स्त्रियांना हलकेसे शासन करण्याची परवानगी दिलेली आहे. परंतु, त्या परवानगीचा दुरुपयोग होऊन, स्त्रियांना वाटेल तशा वाईट रीतीने वागविण्याचा आपणाला सनातन कालाचा परवानाच मिळाला आहे, अशी पुरुषांची समजूत झालेली दिसते. याकरिता स्त्रियांना होत असलेल्या जाचांचे जे प्रकार इं.पि. कोडच्या मर्यादेत येऊ शकत नाहीत, अशा प्रकारच्या जाचांपासून होणाऱ्या दुष्परिणामास आळा घालावा म्हणून, हे नियम करणे योग्य व अवश्य असल्याचे दिसून आले आहे.

क्रूरपणाची वागणूक कशाला म्हणावे, हे ठरविण्यासाठी, ज्या गोष्टी जरुरीच्या आहेत म्हणून आम्ही सांगितले आहे, त्या गोष्टी मागासलेल्या वर्गाला आणि अशिक्षित समाजाला जास्त कडक आहेत, असे वाटण्याचा संभव आहे. परंतु, शिक्षणाच्या सुपरिणामावरच केवळ आपण अवलंबून राहू लागलो तर, स्त्रीवर्गाची स्थिती सुधारणेचे काम फारच मंद गतीने चालेल. शिक्षणाचा परिणाम लवकर घडून यावा, या हेतूसाठी मनुष्यास कायद्याचे दहशतीची मदत पाहिजे ही गोष्ट अगत्याची दिसून येत आहे. 'सर्व गोष्टी रीतीप्रमाणे व क्रमाक्रमाने होतच आहेत, आपण त्यात हात घालणेचे कारण नाही,' हे तत्त्व फक्त उच्च प्रतीच्या सुधारलेल्या समाजालाच लागू पडणारे आहे. मागासलेल्या लोकांची सामाजिक सुधारणा घडवून आणण्याचे काम कायद्याची मदत घेतल्यावाचून केव्हाही होणार नाही. स्त्रियांसंबंधी क्रूरपणाचे वागणुकीचे कित्येक प्रकार असे आहेत की, ते अपराध या शब्दाखाली येऊ शकत नाहीत. आणि इं.पि.कोडचा अंमल त्यावर चालत नाही. मात्र, ते प्रकार केव्हा केव्हा इतके दुष्ट प्रतीचे असतात की, त्यामुळे स्त्री जातीला आपला जन्म केवळ कंटाळवाणा व भूभार आहे असे वाटू लागते. या गोष्टी लक्षात घेऊन, 'क्रूरपणाची वागणूक' या शब्दाची व्याख्या आम्ही अशी तयार केली आहे की, त्यातून कोणत्याही प्रकारची वाईट वागणूक सुटून जाता कामा नये.

हेही आपण लक्षात ठेवले पाहिजे की, अत्यंत त्रासदायक आणि जुलमी वागणूक वरिष्ठ वर्गाचे लोकांत घडत असली, तरी तिच्याबद्दल केव्हाही तक्रार होत नाही. त्या चारचौघांत येत नाहीत; किंवा आणण्याचा प्रयत्नही केला जात नाही. म्हणून अशी सर्वसाधारण कसोटी आम्ही घालून दिलेली आहे की, त्या योगाने अत्यंत सुधारलेल्या समाजातील क्रूरपणाचे वागणुकीचे प्रकार आहेत, त्यांचाही यात समावेश व्हावा.

४थ्या नियमाखाली काही उदाहरणे अशी घातली आहेत की, ती प्रकृतीवर शारीरिक अगर मानसिक मोठी इजा होणेची फक्त भीती आहे, याच कल्पनेवर रचलेली आहेत. त्या उदाहरणांचा हेतू असा की, ज्या प्रसंगी वाईट परिणाम प्रत्यक्ष

राजर्षी शाहू छत्रपती : पत्रव्यवहार आणि कायदे । ९९

घडून आला नाही, पण तो इतका समीप आहे की, त्यामुळे शारीरिक अगर मानसिक कायमची इजा होणेचा संभव आहे, अशा प्रकारांचा त्यात समावेश व्हावा. यातील तत्त्व इतकेच आहे की, कायद्याने दुष्ट परिणाम प्रत्यक्ष घडून येणेची वाढ पाहत राहू नये; त्याचा आगाऊच प्रतिकार करावा.

या कायद्याने नवरा-बायकोसंबंधीच फक्त क्रूरपणाचे वागणुकीचा विचार केलेला आहे असे नाही; हे नियम असे केलेले आहेत की, स्त्रीजातीला कोणत्याही प्रसंगी जुलूम होत असला, तरी त्याचा विचार या कायद्याने करण्यात यावा.

कोल्हापूर, तारीख २९ जुलै १९१९.

शाहू छत्रपती

('करवीर सरकारचे गॅझेट, भाग ४, ता. २ ऑगस्ट १९१९' मधून)

ॐ ४ ॐ

विविध जातिधर्मीयांसाठी कोल्हापूरचा काडीमोड कायदा

११ जुलै १९१९

शाहू महाराजांनी स. १९१९ साली आपल्या संस्थानासाठी जारी केलेला हा 'काडीमोड' (घटस्फोट) कायदा. विविध जातिधर्मांत काडीमोड पद्धतीत असलेली ढिलाई नाहीशी करून 'नवरा-बायको यामधील भौतिक संबंध' कायद्याने सुरक्षित राखणे व समाजाचा नैतिक पाया मजबूत ठेवणे, ही कायद्याची उद्दिष्टे होती. ख्रिश्चन व पारसी लोक सोडून संस्थानातील सर्व जातिधर्मांच्या लोकांना तो लागू केला गेला. मुस्लीम समाजातील नवऱ्यांना त्यांच्या शरियतमधील नियमानुसार बायकोला 'तलाक' देण्याचा हक्क या कायद्याने मान्य केला असला, तरी या कायद्याखाली

अन्य जातधर्मांप्रमाणे मुस्लीमधर्मीय स्त्रियांना व संततींना त्यांच्या हक्कांचे संरक्षण मिळाले होते, असे दिसून येते. विशेषत: ज्या समाजात जातपंचायतीची वैवाहिक संबंधांच्या बाबतीत जबरदस्त पकड होती, त्या समाजातील स्त्री-पुरुषांची जातपंचायतीच्या कचाट्यातून या कायद्याने (कलम नं. २७) सुटका केली. शाहू महाराजांनी या कायद्याचा मसुदा मुंबई हायकोर्टाकडून व देशातील प्रख्यात कायदेपंडितांकडून पसंत करून घेतला होता, हे या कायद्याचे आणखी एक वैशिष्ट्य मानावे लागेल.

कोल्हापूरच्या काडी मोडण्याच्या कायद्याचा हेतू व कारणे

ज्यापेक्षा दरबारच्या हिंदू प्रजाजनांच्या अनेक जातींमध्ये काडी मोडण्यासंबंधाने बरीच ढिलाई आहे, असे करवीर दरबारच्या नजरेस आले आहे; आणि ज्यापेक्षा ही ढिलाई अशीच चालू ठेविल्यास समाज सर्वस्वी नीतिभ्रष्ट होईल आणि विवाहविधी जो सुधारलेल्या समाजाच्या सर्व इमारतीचा पाया आहे, तो अजिबात नाहीसा होईल, असे दरबारचे मत आहे. त्यापेक्षा नवरा व बायको यामधील भौतिक हितसंबंध कायद्याच्या मध्यस्थीनेच काडी मोडून घेण्याची त्यास मुभा देऊन दृढतर पायावर उभारण्याचे योजिले आहे. काडी मोडणे ही जातीतील पंचाच्या लहरीवर सोडण्याची पडलेली चाल बंद करण्याचेही योजिले आहे. ज्यांनी काडी मोडून घेतली आहे, अशा इसमाचा विवाह अगर इसमाचे विवाह कायदेशीर करण्याचे अगर कायदेशीर करून घेण्याचे व काडी मोडण्यापूर्वी जन्मलेल्या मुलाच्या ताब्यासंबंधी नियम करणेचे योजिले आहे.

काडी मोडून देण्यासंबंधी नियम

ज्यापेक्षा जे करवीर संस्थानातील रहिवासी व प्रजाजन आहेत; व ज्यांना काडी मोडून घेण्याची इच्छा आहे, अशा सर्व जातींच्या आणि धर्मांच्या लोकांना काडी मोडून घेण्याच्या बाबतीत काही विवक्षित प्रसंगी साहाय्य देणे आणि यापुढे दिलेल्या नियमांना जी कोणत्याही तऱ्हेने विरुद्ध असेल अशी कोल्हापूर संस्थानातील कोणत्याही जातीमध्ये प्रचलित असलेली चाल अगर रीत बेकायदा आहे, असे ठरविणे योग्य आहे; आणि काडी मोडणे हे बायकांच्या मर्जीवर अवलंबून असल्याने व त्या वर्तमानपत्रातून नोटिसा देऊन काडी मोडून घेत असल्याने काडी मोडण्याचा जो दुरुपयोग होतो, त्यास आळा घालणे भाग आहे; आणि वर सांगितलेल्या निरनिराळ्या चालींमुळे जे अयथामार्ग प्रचलित आहेत, ते बंद करणे इष्ट आहे; त्यापेक्षा यावरून खाली लिहिल्याप्रमाणे कायदा करण्यात येत आहे.

नियमांची सुरुवात

१) या नियमांना 'कोल्हापूरचे काडी मोडण्याचे नियम' असे म्हणावे व ते तारीख २ ऑगस्ट १९१९ रोजी अमलात येतील.

२) हे नियम कोल्हापूर इलाख्यातील सर्व भागास लागू आहेत आणि सन १८६९ चा कायदा नंबर ४ व सन १८६५ चा पारसी लोकांचा वैवाहिक कायदा नंबर १५ हे अनुक्रमे ज्यांना लागू आहेत, असे ख्रिश्चन व पारसी लोक खेरीजकरून श्रीमन्महाराज छत्रपतीसाहेब यांच्या सर्व प्रजाजनांना हा कायदा लागू आहे.

मुसलमान नवऱ्याला आपल्या बायकोला 'तलाक' देण्याचा जो हक्क आहे, त्याला या नियमातील कोणत्याही गोष्टीने बाध येणार नाही.

३) यथाविधी विवाह झाल्यापासून आपल्या बायकोने जारकर्माचा अपराध केला अगर सयुक्तिक कारणाशिवाय दोन वर्षे अगर त्याहून जास्त आपला परित्याग केल्याचा अपराध केला या सबबीवर आपणाला काडी मोडून मिळावी म्हणून ज्या सबॉर्डिनेट जज्जच्या कोर्टाच्या स्थलसीमेत तो राहत असेल त्या कोर्टाकडे कोणत्याही नवऱ्याने अर्ज करावा.

४) यथाविधी विवाह झाल्यापासून आपल्या नवऱ्याने स्वत: अगर दुसरे कोणाही इसमास प्रवृत्त करून अगर परवानगी देऊन इं. पि. कोड कलम ३२० मध्ये दिलेल्या व्याख्येप्रमाणे जबर दुखापतीचा गुन्हा केला आहे, अगर आपल्या नवऱ्यास महारोग झाल्याचे आढळून आले आहे, अगर आपला नवरा वेडा अगर नपुंसक आहे असे शाबीत झाले आहे, अगर सयुक्तिक कारणाशिवाय दोन वर्षे अगर त्याहून जास्त आपला परित्याग करण्याचा अपराध आपल्या नवऱ्याने केला आहे, अथवा दोन वर्षे अथवा त्याहून जास्त आपल्या नवऱ्याने आपल्यास एकशय्या करून दिली नाही, या सबबीवर आपणास काडी मोडून मिळावी म्हणून; ज्या सबॉर्डिनेट जज्जाच्या स्थलसीमेत आपला नवरा स्वत: राहत असेल, व्यापार करीत असेल, अगर फायद्याकरिता काम करीत असेल त्या कोर्टाकडे कोणत्याही बायकोने अर्ज करावा. या नियमापुरता जबर दुखापतीत डाग देण्याचा अंतर्भाव होतो.

काडी मोडून घेण्याचा हक्क ज्या कारणांवरून प्राप्त होतो; त्या सर्व गोष्टी कामाच्या स्वरूपाप्रमाणे जितक्या स्पष्टपणे देता येतील तितक्या, अशा प्रत्येक अर्जात दिल्या पाहिजेत.

५) काडी मोडून घेण्याकरिता असा कोणताही अर्ज आला असता (अर्जात) नमूद केलेल्या गोष्टीसंबंधानेच शक्य तितक्या योग्य तऱ्हेने कोर्टाने आपली

राजर्षी शाहू छत्रपती : पत्रव्यवहार आणि कायदे । १०३

खात्री करून घ्यावी, इतकेच नव्हे, तर जारकर्मात अगर परित्यागात अर्जदार कोणत्याही तऱ्हेने साहाय्यभूत झाला किंवा नाही अगर त्याने तिकडे काणाडोळा केला किंवा नाही, अथवा त्या त्याने मान्य केल्या किंवा नाही याबद्दल योग्य तऱ्हेने कोर्टाने आपली खात्री करून घ्यावी आणि अर्जदाराविरुद्ध कोणताही उलट आरोप करता येत असल्यास त्याबद्दलचीही चौकशी करावी.

६) अर्जदाराचे म्हणणे अर्जदाराचे पुराव्यावरून शाबीत झाले नाही, अशी कोर्टाची खात्री झाल्यास अगर अर्जदाराने नमूद केलेले जारकर्म अथवा ज्या योगाने अर्जदारास डिक्री मिळविता येईल, अशा दुसऱ्या गोष्टी अगर क्रूरपणा झालेला नाही, अशी कोर्टाची खात्री होत असेल, तर अगर ज्याच्याशी विवाह झाला आहे, अशा प्रतिपक्षाच्या जारकर्मात अर्जदार हा वैवाहिक संबंध कायम असताना साहाय्यभूत झाला अगर ज्या जारकर्माबद्दल तो तक्रार करतो ते त्याने मान्य केले आहे, असे कोर्टास आढळून येईल; तर आणि उपरिनिर्दिष्ट कोणत्याही प्रसंगी कोर्टाने तो अर्ज काढून टाकावा.

७) अर्जदाराची केस पुराव्यावरून शाबीत झाली आहे, अशी कोर्टाची खात्री होईल तर आणि ज्याच्याशी विवाह झाला आहे, अशा प्रतिपक्षाच्या जारकर्मात अर्जदार हा कोणत्याही तऱ्हेने साहाय्यभूत झाला नाही, अगर त्याने तिकडे काणाडोळा केला नाही, अगर ज्या जारकर्माबद्दल अगर परित्यागाबद्दल तक्रार चालू आहे, ते जारकर्म अगर तो परित्याग त्याने मान्य केला असे पुराव्याने शाबीत होणार नाही, तर काडी मोडलेली आहे असे दर्शविणारी कोर्टाने डिक्री द्यावी.

तथापि, अर्जदाराने वैवाहिक संबंध कायम असताना जारकर्माचा गुन्हा केला, अगर असा अर्ज करून गुदरण्यात अर्जदाराने मर्यादेबाहेर उशीर केल्याचा दोष केला असे कोर्टास वाटल्यास;

अगर ज्याच्याशी विवाह झाला आहे, त्या प्रतिपक्षाशी क्रूरपणा केला आहे, असे कोर्टास वाटल्यास,

अगर ज्या जारकर्माबद्दल तक्रार आहे, ते घडण्यापूर्वी आणि योग्य कारणाशिवाय प्रतिपक्षाचा स्वत: तिने अगर त्याने परित्याग केला आहे, अगर जाणूनबुजून विभक्त झाला आहे, अगर झाली आहे, असे कोर्टास वाटल्यास;

अगर जारकर्माला कारणीभूत होईल, असा प्रतिपक्षाशी अगर प्रतिपक्षाचा जाणूनबुजून केलेले हलगर्जीपणा, अगर गैरशिस्त वर्तन असेल तर, अगर कोर्टाला योग्य वाटेल त्या दुसऱ्या कारणाकरिता, अशी डिक्री देण्यास कोर्ट बांधले गेले नाही.

वैवाहिक एकशय्यासयम पुन्हा सुरू केल्याशिवाय अगर चालू ठेविल्याशिवाय

कोणतेही जारकर्म मान्य केले असे या नियमाधारे समजले जाणार नाही.

८) जेव्हा नवरा अगर बायको योग्य कारणाशिवाय परस्पराशी संगत सोडील तेव्हा वैवाहिक हक्क प्रस्थापित करण्याकरिता बायकोने अगर नवऱ्याने सबॉर्डिनेट जज्ज्याच्या कोर्टाकडे अर्ज करावा आणि अशा अर्जात दिलेली माहिती खरी आहे, आणि तो अर्ज का नामंजूर करावा यास कायदेशीर कारणे नाहीत, अशी कोर्टाची खात्री झाल्यास कोर्टाने त्याप्रमाणे वैवाहिक हक्क प्रस्थापित करण्याचा हुकूमनामा द्यावा.

९) काडी मोडून मिळण्याच्या अर्जाला जी आधार होणार नाही, अशी कोणतीही गोष्ट वैवाहिक हक्क प्रस्थापित करून मिळण्याच्या अर्जाला उत्तर म्हणून तक्रारीत मांडता येणार नाही.

विवाह रद्द करणे

१०) ज्या वेळी विवाह झाला, त्या वेळी आपला पूर्वीचा नवरा हयात होता व अशा पूर्वीच्या नवऱ्याशी झालेला विवाहसंबंध त्या वेळी कायम होता, या सबबीवर कोल्हापूर इलाख्यात विरुद्ध पक्षकारांशी झालेला आपला विवाह रद्द व बातल आहे, असे ठरवून मिळण्याकरिता कोणाही नवऱ्याने सबजज्जाचे कोर्टात अर्ज करावा.

वर सांगितलेल्या कारणाकरिता जेव्हा एखादा विवाह रद्द होईल आणि पूर्वीचा नवरा मयत होता अशा पूर्ण विश्वासाने व इमानाने दुसरा विवाह झाला होता; असा कोर्ट ठराव देईल, तेव्हा हुकूमनामा देण्यापूर्वी झालेली मुले हुकूमनाम्यात नमूद केली जातील व ती आपल्या आईची इस्टेट मिळण्यास पात्र होतील; आणि वैवाहिक संबंधापासून झालेल्या संततीच्या ते अज्ञान असेतोपर्यंतच्या पोषणाकरिता व शिक्षणाकरिता, त्यांच्या बापाच्या इस्टेटीतून तजवीज करण्याचा कोर्ट हुकूम देईल.

हे नियम अमलात आल्यानंतर जे विवाह होतील त्यासच हा नियम लागू होईल.

नुकसानी व खर्च

११) अर्जदाराचे बायकोबरोबर त्याने जारकर्म केले आहे, या सबबीवर कोणाही मनुष्यापासून नुकसानभरपाई होऊन मिळण्याबद्दल कोणाही नवऱ्याने विवाह रद्द करून मिळण्याच्या अर्जामध्ये मागणी करावी.

बजावणी करू नये असे कोर्टास न वाटल्यास अगर या जागी दुसरी एखादी बजावणी करण्याचा कोर्ट हुकूम न देईल तर जारावर व बायकोवर अशा अर्जाच्या नोटिशीची बजावणी केली जाईल.

जरी विरुद्ध पक्षकार अगर त्यापैकी कोणीही हजर राहणार नाही; तरीही अशा अर्जात किती नुकसानी द्यावी हे सदर कोर्टाने ठरवावे.

मुसलमान बायकोने अर्ज केला असेल, त्या वेळी मेहर असेल तर मेहरचा किती भाव नवऱ्याने बायकोस द्यावा हे कोर्ट ठरवील.

१२) नवऱ्याने केलेल्या कोणत्याही अर्जामध्ये जेव्हा जारास विरुद्ध पक्षकारात सामील केले जाते व जारकर्म शाबीत होते, त्या वेळी काम चालविण्याकरिता झालेला सर्व खर्च अगर त्याचा कोणताही भाग जाराने देण्याचा हुकूम कोर्टाने करावा.

(अ) जर जारकर्म झाल्यावेळी बायको नवऱ्यापासून निराळी राहत असेल व कसबिणीचा धंदा करीत असेल, अगर

(ब) जर जारकर्म झाल्यावेळी ती बायको विवाहित स्त्री आहे, असे समजण्यास जारास आधार नसेल, तर अर्जदाराचा खर्च देण्याचा जारास हुकूम केला जाणार नाही.

१३) या नियमाप्रमाणे चाललेल्या कोणत्याही कामात, मग ते नवऱ्याने अगर बायकोने चालविलेले असो, अर्जाचा निकाल होईपर्यंतचा अन्नवस्त्र खर्च मिळण्याबद्दल बायकोने अर्ज करावा. अशा अर्जाच्या नोटिशीची नवऱ्यावर अंमलबजावणी केली जाईल व त्या अर्जातील माहिती खरी आहे, अशी कोर्टाची खात्री झाल्यास, काम चालू असताना, कोर्टास न्याय्य वाटेल तो, अन्नवस्त्र खर्च नवऱ्याने बायकोस देण्याचा हुकूम करावा.

तथापि, काम चालू असता जो अन्नवस्त्र खर्च द्यावयाचा तो, हुकूम देण्याच्या तारखेच्या अगदी अगोदरच्या तीन वर्षांतील नवऱ्याच्या सर्वसाधारण नक्त प्राप्तीच्या एक पंचमांशापेक्षा केव्हाही जास्त असणार नाही; आणि काडी मोडण्याच्या हुकूमनामा अखेर कायम होई तोपर्यंत सदरचा अन्नवस्त्र खर्च चालू राहील.

१४) काडी मोडून देतेवेळी, बायकोची धनदौलत असेल तर त्याचा, नवऱ्याच्या बुद्धिमत्तेचा आणि पक्षकारांच्या वर्तनाचा विचार करून जी वार्षिक रक्कम अगर वटात एक रकम, कोर्टात योग्य वाटेल ती, बायकोकरिता, तिच्या हयातीपेक्षा जास्त नाही इतक्या कितीही मुदतीपर्यंत कोर्टाच्या मर्जीप्रमाणे राखून ठेवण्याचा कोर्टाने नवऱ्यास हुकूम करावा. आणि या कारणाकरिता जरूर त्या पक्षकारास योग्य दस्तऐवज करून द्यावयास लावावा. जर बायको पुनर्विवाह करील अगर जर तिने जारकर्माचा अपराध केल्यास शाबीत होईल, तर असला अन्नवस्त्र खर्च तिला मिळण्याचे बंद होईल.

१५) अन्नवस्त्र खर्च देण्याबद्दल जेव्हा-जेव्हा कोर्ट हुकूमनामा अगर हुकूम देईल,

१०६ । राजर्षी शाहू छत्रपती : पत्रव्यवहार आणि कायदे

त्या-त्या सर्व वेळी तो खुद्द बायकोस अगर कोर्टाने पसंत केलेल्या तिच्या तर्फेच्या कोणाही ट्रस्टीस देण्याचा कोर्टाने हुकूम करावा; व कोर्टाला ज्या योग्य वाटतील अशा कोणत्याही अटी अगर प्रतिबंध कोर्टाने घालावेत; आणि कोर्टास योग्य वाटल्यास वेळोवेळी नवीन ट्रस्टीची नेमणूक करावी.

१६) बायकोने जारकर्म केले आहे म्हणून जेव्हा-जेव्हा कोर्ट काडी मोडून देण्याचा हुकूमनामा देते, तेव्हा-तेव्हा बायकोचा कोणत्याही मालमत्तेवर अधिकार आहे असे कोर्टाला आढळून येईल, तर सदरहू मालमत्ता अगर तिचा कितीही भाग, जो कोर्टाला योग्य वाटेल तो, नवऱ्याच्या अगर वैवाहिक संततीच्या अगर दोघांच्या फायद्याकरिता कोर्टास योग्य वाटल्यास कोर्टाने लावून देण्याचा हुकूम द्यावा.

काडी मोडून देण्याचा हुकूमनामा देण्याच्या वेळी अगर त्यानंतर, जो कोणताही दस्तऐवज कोर्टाचे हुकूमनामे करून दिला असेल तो, सदरहू दस्तऐवज करून देतेवेळी वैवाहिक संबंधामुळे येणाऱ्या नालायकीस न जुमानता कायदेशीर समजला जाईल.

१७) या नियमान्वये जे नुकसान मिळेल ते सर्व अगर त्यापैकी कितीही भाग, वैवाहिक संतती जर असेल तर तिच्या फायद्याकरिता, अगर बायकोच्या पोटगीकरिता राखून ठेवलेली म्हणून काढून ठेविलेला आहे, असा कोर्टाने हुकूम द्यावा.

जेव्हा नवऱ्याकडून अगर बायकोकडून काडी मोडून मिळण्याबद्दल अर्ज दिला जातो; तेव्हा ज्याच्या आईबापाच्या विवाहाबद्दल दावा चालू आहे, अशा अज्ञान मुलांच्या अगर मुलींच्या ताब्याबद्दल, पोटगीबद्दल, आणि शिक्षणाबद्दल कोर्टाने तात्पुरता हुकूम द्यावा, अगर पक्का हुकूमनामा देतेवेळी हुकूम द्यावा आणि कोर्टास योग्य वाटेल, तर सदरहू मूल अगर मुले कोर्टाच्या आश्रयाखाली घेण्याकरिता काम चालविण्याबद्दल कोर्टाने हुकूम द्यावा.

काम चालविण्याची पद्धत

१८) जेव्हा अर्जदार अगर विरुद्ध पक्षकार वेडा अगर अज्ञान असेल, त्या वेळी त्याचे अज्ञानपालन करणाऱ्याबद्दल सिव्हिल प्रोसिजर कोडमध्ये जी पद्धती सांगितली आहे ती अनुसरली जाईल.

१९) पक्षकारावर व साक्षीदारावर समन्साची बजावणी करण्याकरिता सिव्हिल प्रोसिजर कोडमध्ये जे नियम दिले आहेत ते अनुसरले जातील.

२०) ज्यांना कोर्टात हजर राहता येणे शक्य आहे, अशा कोर्टापुढे चाललेल्या सर्व कामातील साक्षीदारांची तोंडी जबानी घेतली जाईल आणि कोणाही पक्षकाराने

राजर्षी शाहू छत्रपती : पत्रव्यवहार आणि कायदे । १०७

साक्षीदार म्हणून स्वत: पुढे यावे आणि दुसऱ्या एखाद्या साक्षीदाराप्रमाणे तिची अगर त्याची साक्ष घेतली जाईल आणि उलटतपासणी होईल व फेरतपासणी होईल.

तथापि, प्रतिज्ञालेखाच्या द्वारे आपआपल्या केसीचे पूर्णपणे अगर अंशत: समर्थन करण्याची पक्षकारास मुभा राहील. परंतु उलटपक्षकाराच्या अर्जावरून अगर कोर्टाचे हुकुमावरून असा प्रतिज्ञालेख करणारा प्रत्येक मनुष्य, उलटपक्षाच्या तर्फेने अगर उलटपक्षाकडून, तोंडी उलटतपासणी करण्यास पात्र होईल; आणि अशा उलटतपासणीनंतर, ज्याचेकडून असा प्रतिज्ञालेख कोर्टात दाखल केला गेला असेल, त्या पक्षाच्या तर्फेने अगर त्याचेकडून, वर सांगितल्याप्रमाणे तोंडी फेरतपासणी करण्यास तो पात्र होईल.

२१) आपल्या नवऱ्याने क्रूरपणाचा अपराध केला आहे, अगर सयुक्तिक कारणाशिवाय परित्याग करण्याचा अपराध केला आहे, अगर वैवाहिक पत्नी म्हणून आपणास न राहू देण्याचा आपल्या नवऱ्याने अपराध केला आहे; या सबबीवर जेव्हा एखादी बायको आपणास काडी मोडून मिळावी म्हणून अर्ज करील, तेव्हा सदरहू क्रूरपणा अगर परित्याग इत्यादिक यांचा अगर याविषयीचा पुरावा देण्यास नवरा व बायको हे अनुक्रमे पात्र आहेत व त्यांनी तो तसा देणे भाग आहे.

२२) या नियमानुसार चाललेले काम सर्वस्वी अगर अंशत: कोर्टास योग्य वाटल्यास दरवाजे बंद करून ऐकून घेता येईल.

२३) कोणत्याही अर्जावरून चाललेल्या कामात कोर्टाने वेळोवेळी तहकुबी द्यावी आणि या नियमान्वये त्यासंबंधाने कोर्टास योग्य वाटल्यास जास्त पुरावा मागवावा.

२४) ज्याप्रमाणे ओरिजिनल सिव्हिल ज्युरिस्डिक्शनच्या आधारे कोर्टाचे हुकुमाची आणि हुकूमनाम्याची बजावणी केली जाते; आणि ज्याप्रमाणे त्या वेळी चालू असलेले कायदे, नियम अगर हुकूम या अन्वये अपिले होतात, त्याचप्रमाणे या नियमान्वये चाललेल्या कामात कोर्टाने जे हुकूमनामे व हुकूम दिले असतील त्यात अंमलबजावणी होईल व अपिले होतील.

तथापि केवळ कोर्टखर्चाकरिताच अपील होणार नाही.

२५) काम चालू असता कोणत्याही वेळी अर्जदार व विरुद्ध पक्षकार यांनी परस्परांच्या संमतीने काडी मोडून मिळण्याकरिता अर्ज करावा आणि कोर्टास योग्य वाटल्यास आणि जर वैवाहिक संतती असेल तर, त्यांच्या पोटगीची व शिक्षणाची योग्य तरतूद केली असेल तर, अशा अर्जातील शर्तीप्रमाणे कोर्टाने संमतीचा हुकूमनामा करावा.

१०८ । राजर्षी शाहू छत्रपती : पत्रव्यवहार आणि कायदे

२६) नवरा व बायको यांना काडी मोडल्याबद्दलचा आपसात करार करणेस या नियमावरून कोणत्याही तऱ्हेने बाध येणार नाही. अशा रीतीने काडी मोडल्याचे झालेले करारपत्र कोर्टात हजर केले पाहिजे. आणि वैवाहिक संतती असेल तर त्यांच्या पोटगीची व शिक्षणाची योग्य तजवीज झाली आहे, अशी कोर्टाची खात्री झाल्यास, असले करारपत्र कोर्ट मंजूर करील. आणि असले करारपत्र मंजुरीनंतर नोंदले पाहिजे. अशा रीतीने नोंदल्यानंतर १ महिन्याने काडी मोडल्याचा अंमल होणेचा आहे.

२७) या नियमांना ज्यांच्या योगाने कोणत्याही तऱ्हेने अडथळा येतो, अगर प्रतिबंध येतो आणि ज्यांचा विविक्षित तऱ्हेने अंतर्भाव केलेला नाही, अशा सर्व चाली व रीती या नियमान्वये बेकायदेशीर ठरविण्यात आल्या आहेत.

२८) श्रीमन्महाराज छत्रपतीसाहेब यांना वेळोवेळी योग्य वाटतील ते या नियमाखाली पोटनियम करण्याचा अधिकार आहे. व वेळोवेळी त्यात फेरबदल करण्याचा आणि नवीन नियम करण्याचा अधिकार आहे.

तथापि, अशा रीतीचे पोटनियम फेरफार व जादा नियम, या नियमांच्या कलमांना व सिव्हिल प्रोसिजर कोडला सुसंबंध असावेत.

अशा रीतीने केलेले सर्व पोटनियम, फेरफार अगर जादा नियम कोल्हापूर स्टेट गॅझिटमध्ये प्रसिद्ध करण्यात येतील.

पसंत केले.

सही/-

डब्ल्यू. एस. वेल्डन

हायकोर्ट, मुंबई

८ मे १९१९

सदरील नियम मि.सी.ओ. बिमन, मुंबई हायकोर्टचे पूर्वीचे जज्ज, ॲडव्होकेट जनरल, आणि मि. फैझ तय्यबजी मद्रास हायकोर्टाचे काही दिवस असलेले जज्ज, महॉमेडन लॉ वरील पुस्तकाचे कर्ते, यांनी पसंत केले आहेत. हे नियम माझ्या संस्थानास लागू करण्यास मला फार आनंद वाटतो व सदरील नियम मांडलिक जहागिरीस लागू करण्याबद्दल कर्नल हॅरोल्ड रेसिडेंटसाहेब बहादूर यांचा विचार घ्यावा.

शुक्रवार

तारीख : ११/७/१९

सही

शाहू छत्रपती

ॐ ५ ॐ

अनौरस संतती व जोगतिणी यांच्याविषयीचा कायदा

१७ जानेवारी १९२०

शाहू महाराज म्हणजे 'रंजले-गांजले' यांना जवळ करणारे राज्यकर्ते अशी जी प्रतिमा त्यांच्या कामगिरीवरून निर्माण होते, ती अधिक उजळ करणारे हे दोन कायदे आहेत. त्या काळी समाजातील अनौरस संततीची हेटाळणी होत असे. काही जातींत तर त्यांना पित्याच्या मालमत्तेत वारसा हक्क मिळू शकत नसे. महाराजांनी या उपेक्षित लोकांना न्याय मिळवून दिला. आतापर्यंत ज्या अनौरस संतींना वारसा हक्क मिळत नव्हता त्यांना तो पहिल्या कायद्याने मिळवून दिला. दुसऱ्या कायद्याने जोगतिणी - देवदासी यांना कोणत्याही परिस्थितीत

जनक घराण्यातील वारसाचे अथवा इतर विशिष्ट हक्क, त्या देवाला सोडल्या असल्यामुळे मिळणार नाहीत, अशी तरतूद केली गेली. प्रस्तुत कायद्याचा उद्देश जोगतिणी-देवदासी बनू पाहणाऱ्या स्त्रियांना या दुष्ट प्रथेपासून परावृत्त करणे हा होता.

An act for the better and more uniform administration of the Law governing the rights of illegetimate Hindu Children to succeed to, or share in the property of their natural fathers and for the abolition of the ancient customary status, with all special rights and privileges thereto annexed of girls dedicated to Religion.

Preamble : Whereas it is deemed expedient in the interests of general morality and further to avoid difficult and vexatious litigation to determine whether any person does or does not belong to the unregenerate classes to abolish the existing distinctions drawn by the Hindu Law between the rights of illegitimate sons of members of the regenerate and of the Shudra or unregenerate classes to succession to and a vested interest at birth in the property of their natural fathers; and further to abolish certain ancient customary rights and privileges of girls dedicated to religion and to consolidate and unify the Hindu Law applicable to all Hindus, in the Kolhapur State in these respects it is hereby enacted.

Short Title : This Act shall be cited as the Hindu Law Inheritance Amendment Act.

Extent : It extends to the whold of the Kolhapur State. And it shall come into force from the date of its publication in the Kolhapur State Gazette. It shall apply to all Hindu subjects of the Kolhapur State.

Interpretation Clause : In this Act Hindu means and includes all persons professing any heterodox form of Hindusim such as Jains, Lingayats, Arya-Samajists, Brahmoes & c. as well as orthodox Hindus, whether of the regenerate or unregenerate classes.

Limits upon retrospective Operation : This Act shall apply from and after the date of enactment to all suits, appeals and revision applications Civil, Criminal and Revenue at the time pending in the Civil, Criminal and Revenue courts of the

Kolhapur State. But it shall have no retrospective effect upon the rights of any illegitimate son of a Hindu Who on the date of its coming into force shall have completed his eighth year or upon the customary rights and privileges recognised as having the force of Law of any girl dedicated to religion and having attained the age of 12 years before the date of its coming into force.

SECTION I

After the coming into force of this Act the rights to inherit or share in the estate of their natural father of illegitimate children of Hindu parents shall be decided upon one and the same principle namely that which has so far been recognised by the Hindu Law as governing such rights in the case of succession of illegitimate children of the three regenerate classes whether the parent of such children or of the Brahmin, Kshyatriya, Vaishyas, Shudra Varna, or other classes and no distinction shall henceforward be drawn in this respect between Hindus within the Territories of the Kolhapur State.

SECTION II

Any female dedicated to a God or temple as Jogtin, Murli, Devdasi, Bhavin, or in any other capacity to religion shall retain the same rights in her natural family as though no such dedication had been made nor shall she after the coming into force of this Act acquire any special rights of succession or inheritance or privileges annexed or ancillary thereto, or be recognised as possessing any legal status by reason of such dedication.

Statement of Object and Reasons

The need for this short summary Act, unifying the Hindu Law, governing the rights of inheritance of illegitimate Hindu Children, whether of she three regenerate or of the unregenerate classes is referable to principles of general morality, and progressive State policy.

2) When the distinction which this Act aims at abolishing was first drawn in the remote past, its object certainly could not have

been to confer a privilege upon the Shudras, which was withheld from the higher classes. It must rather be sought in the contempt and indifference with which the old Hindu Lawgivers saturated with Brahmanism and the most rigidly conservative Brahmanical, spirit regarded the Shudra Masses. The morality of the regenerate classes was worth conserving among them the highest sanctity was to attach to the marriage bond. The purity of the sex relations founded upon a principal, essentially monogamic but rendered to some degree elastic to meet special conditions was jealously regarded as an integral part of the fabrio of their exclusive system and one at least of the corner stones of its maintenance. But no such care was taken of the numerically predominent Shudras.

It mattered nothing to the originators of caste what excesses they indulged in, how far the customs which their natural depravity would dispose than to adopt, might make for disintegration. The more the better. The less consolidated and organized they were the less they would be likely to be formidable to the Brahmanical oligarchy. The regenerate classes bound to maintain the strictest conjugal ideals themselves might point to those outside the pale indulging their sexuality with much the same freedom as domestic animals as obviously unfit to be admitted to or consort with the dominant Hierarchy.

It must be admitted that the indulgence previously accorded to the illegitimate children of Shudras which it is the object of this Act to abolish was an open premium upon immorality. It contributed to heighten and strengthen those barriers of caste which it is one of the most marked tendencies of enlighted Administration today to break down. Such a distinction is really no privilege. From the Shudra viewpoint its implications are humiliation and the Shudras themselves should be the first to welcome their removal. It has long been the policy of this State particularly in recent years to break down as far as possible Caste privilege and caste monopoly. Upon that ground as well as upon the ground of morality, this Act appears to be fully justifiable and necessary.

3) It should puzzle an enlightened Hindu Lawyer today,

to give any valid reason for maintaining such a distinction and so giving the Hindu Law a different colour and principle in dealing with different classes of Hindus.

If it is sought to defend the apparent privileges accorded to the illegitimate chidlren of Shudras upon the ground of Ancient Custom it may well be asked how such a Custom originated and gained the approbation of Hindu sages? Was it because the Shudras as far outnumbered the regenerate classes as the average of their intelligence and their standards of living fell below them? But that is no reason at all why the Law should take into account the almost inevitable higher percentage of illegitimates among the Shudras and perpetuate and encourage those very undesirable conditions by legalizing the rights of such illegitimates to share in and so further reduce the slender patrimony of their natural fathers. By refusing any longer to give legal countenance to this peculiarly insidious distinction between the classes it is hoped and anticipated that standards of morality amongst the lowest may tend at least to be raised and that a step may be taken in the direction of narrowing the gulf which has separated them through so many centuries to their growing disadvantage from their more privileged coreligionist.

A minor point mentioned in the preamble of this Act is the extreme difficulty in many cases of determining whether a man really belongs to the unregenerate or to one of the lower strata of the regenerate classes. Much time and public money that could be far better employed is annually wasted in such profitless litigation. This Act will render it unnecessary in future.

4) The position of those unfortunate girls who in accordance with very ancient custom are too frequently under the forms of religion consecrated in early childhood to a life of public immorality needs little comment. It is blot upon the Hindu Law that is should have recognised such a practice and made a show of compensating girls thus forced from their tenderest years into a life of open infamy by certain concessions to their unique status and an amplicit regularization of what is in fact an open and gross scandal. No such status with piculiar rights attaching

११४ । राजर्षी शाहू छत्रपती : पत्रव्यवहार आणि कायदे

to it, ought to be recognised and sanctioned by the Law of any Civilized State.

Sd/-
Shahu Chhatrapati

The Draft has been approved. The Legislation will come into force from its date of publication in the Kolhapur State Gazette.

(Sd.)
SHAHU CHHATRAPATI

J.O. No.3
12-1-1920

True Copy,
Compared by
P. S. Deshpande
Clerk.
By Order,
T. R. PATIL
Huzur Chitnis.

(उपरोक्त कायद्याचा तत्कालीन मराठी तजुर्मा)

हिंदू अनौरस संतती व जोगतिणीसंबंधी कायदा

जनक बापाच्या मिळकतीवरील हिंदू अनौरस संततीचा वारसा हिस्सा यासंबंधी, आणि जोगतिणी व देवास अगर धर्माच्या नावावर सोडलेल्या इतर मुली यांना पुरातन रूढीवरून मिळालेला दर्जा व त्या दर्जामुळे प्राप्त होणारे हक्क व कायदेशीर हितसंबंध रद्द करणारा कायदा.

उद्देश : ज्यापेक्षा सामान्य नीतीचे संरक्षण करणे इष्ट आहे; आणि अमुक एक मनुष्य शूद्र आहे की नाही, हे ठरविणे कठीण व त्रासाचे आहे ते दूर करणे इष्ट आहे; आणि जनक बापाच्या मिळकतीवरील वारसा व जन्मत:च प्राप्त होणारा हक्क हिंदू कायद्याअन्वये शूद्रांच्या अनौरस संततीला निराळा व वरिष्ठ तीन जाती (द्विज)च्या अनौरस संततीला निराळा मिळतो, तो फरक काढून टाकणे जरूर आहे; आणि जोगतिणी व देवास अगर धर्माच्या नावावर सोडलेल्या इतर मुली यांना पुरातन रूढीवरून मिळणारे हक्क व कायदेशीर हितसंबंध रद्द करणे इष्ट आहे; आणि कोल्हापूर इलाख्यातील सर्व हिंदूंना यासंबंधी लागू होणाऱ्या हिंदू कायद्याचे एकीकरण करून तो सर्वांना समसमान लागू करणे जरूर आहे; त्यापेक्षा यावरून खाली लिहिल्याप्रमाणे कायदा करण्यात येत आहे.

संज्ञा : या कायद्यास हिंदू वारशाच्या कायद्याच्या दुरुस्तीचा कायदा म्हणावे.

स्थानिक व्याप्ती : हा कायदा सर्व कोल्हापूर इलाख्यास लागू आहे आणि तो तारीख १७ जानेवारी सन १९२० इसवीपासून अमलात येईल आणि तो कोल्हापूर इलाख्यातील सर्व हिंदू प्रजेला लागू आहे.

व्याख्या : या कायद्यात हिंदूंमध्ये जैन, लिंगायत, आर्यसमाज, ब्रह्मोसमाज वगैरे सुधारक धर्मीयांचा आणि वरिष्ठ वर्गातील (द्विज) तिन्ही जातींचा व शूद्रांचा समावेश होतो.

मागील नियमावरील परिणाम : हा कायदा कोल्हापूर इलाख्यातील दिवाणी, फौजदारी, व मुलकी कोर्टात या कायद्याच्या अंमल तारखेस व अंमल तारखेनंतर जे अव्वल व अपिलाचे कज्जे तसेच तपासणीचे अर्ज चालू असतील व चालू होतील त्या सर्व कज्जांना व अर्जांना लागू आहे. परंतु, हा कायदा अमलात येईल त्या तारखेस ज्या अनौरस मुलाचे वयास आठ वर्षे पूर्ण झाली असतील त्या मुलाचे हक्काला व हा कायदा अमलात येईल त्या तारखेच्या अगोदर ज्या जोगतिणीचे, अगर देवास अथवा धर्माचे नावावर सोडलेल्या मुलीचे वयाला पूर्ण १२ वर्षे झाली असतील; त्या मुलीचे हक्काला अगर कायदेशीर हितसंबंधाला या कायद्याने कोणत्याही प्रकारे बाधा येणार नाही.

११६ । राजर्षी शाहू छत्रपती : पत्रव्यवहार आणि कायदे

कलम पहिले : हा कायदा अमलात येईल त्या तारखेपासून हिंदू कायद्याने मान्य केलेल्या ज्या तत्त्वांवर वरिष्ठ तीन जाती (द्विज) तील अनौरस संततीला वारसा व हिस्सा मिळतो, त्याच तत्त्वांवर हिंदू आईबापापासून जन्मलेल्या अनौरस संततीला, मग त्या संततीचा बाप अगर आई ब्राह्मण, क्षत्रिय, वैश्य, शूद्र, अगर दुसऱ्या कोणत्याही जातीतील असो, जनक बापाच्या मिळकतीवर वारसा व हिस्सा मिळेल आणि कोल्हापूर इलाख्यात राहणाऱ्या हिंदूहिंदूंमध्ये या बाबतीत यापुढे कसलाही फरक केला जाणार नाही.

कलम दुसरे : जोगतीण, मुरळी, देवदासी, भावीण आदी करून देवाला अगर देवळात सोडलेल्या, अथवा धर्माच्या नावावर अन्य तऱ्हेने सोडलेल्या, कोणत्याही स्त्रीला, तिला अशा रीतीने सोडले नसताना तिच्या जनक घराण्यात जे हक्क प्राप्त झाले असते, तेच हक्क तिच्या जनक घराण्यात प्राप्त होतील आणि या कायद्याच्या अंमलतारखेनंतर तिला वर सांगितल्याप्रमाणे सोडल्यामुळे जे वारसाचे व इतर विशिष्ट हक्क प्राप्त झाले असते, ते हक्क तिला प्राप्त होणार नाहीत; अगर वर सांगितल्याप्रमाणे सोडल्यामुळे तिला जो कायदेशीर दर्जा प्राप्त झाला असता तो तिचा दर्जाही मान्य केला जाणार नाही.

(करवीर सरकारचे गॅझेट, ता. १७ जानेवारी १९२०)

✦✦✦

व्यक्तिनाम सूची

अंजुमन इस्लाम संस्था : ७
अच्युतराव कोल्हटकर : २६
अ‍ॅडॅम (राजनैतिक अधिकारी) : ४९
आईसाहेब महाराज : ३४
अण्णासाहेब लठ्ठे : ४२,४३, ४५
आपाजीराव सुर्वे (ए.डी.सी.) : १३
आबासाहेब घाटगे
(जयसिंगराव घाटगे) : ३,८
आल्फ्रेड पीज : ३८
इंदुमती राणीसाहेब : १८, ५६
एडवर्ड बादशहा : १६
एन.पी. भिडे : ८३
एस.एम. फ्रेझर : ४,५
करमरकर (वकील) : ४२,४३
कल्लाप्पा (निटवे) : ४२,४३
कृष्णाबाई केळवकर : २३,२५
खानबहादूर काझी शहाबुद्दीन : ७
गंगाजीराव खानवेलकर : १३
गंगाराम कांबळे : ६४,७२
गुंडो स. पिशवीकर : २०,२२
टी.आर. पाटील (हुजूर चिटणीस) : ११५
टेंगशे (डॉ.) : २४ ते २६
डिप्रेस्ड क्लास मिशन : २८
डी.सी. फर्नांडिस : १३
डेक्कन एज्युकेशन सोसायटी : ८
तांबे (डॉ.) : २४,२५
ताराराणी राणीसाहेब
(राजाराम महाराजांच्या पत्नी) : १९, ५६
तालचरकर : २१
तुकोजीराव पवार (देवास) : १०
तुकोजीराव होळकर (इंदूर) : २१,२२
तोफखाने : ४८
दत्ताजीराव मा. इंगळे (सेक्रेटरी) : १२
दत्ताजीराव व्यं. इंगळे (ए.डी.सी.) : १२
दत्ताजीराव घाटगे : १२
दत्तोवा (दळवी) (आर्टिस्ट) : ७,६६,६७
दादासाहेब इनामदार : २८
पंडित महाराज (राजगुरू) : १७
पिराजीराव घाटगे : १२
पोंक्षे : ४८
बापूसाहेब (महाराज) : १७,१८
बापूसाहेब घाटगे : ७
बाबासाहेब खानविलकर : ७,२२
बाळासाहेब गायकवाड : ७
बुवासाहेब (व्यंकटराव इंगळे) : ४,५
भय्यासाहेब द्रविड : २१
भास्करराव (बी.व्ही.) जाधव : ८३
भीमराव (डॉ.) (बी.आर.) आंबेडकर :
२८,३८,३९ ते ४१, ४५, ५७, ६०,
६२,६८,६९
मतकर (मे.ज.) : २१
मराठा एज्यु. सोसायटी : ७,९
माधवराव मो. पंडित : १२
मॉंटेगोमेरी : ५१, ५४
मॉंट्येग्यू : ५८, ६०
म्हैसकर : ४२, ४३
यशवंतराव (होळकर) : २१
रघुनाथ व्यं. सबनीस (दिवाण) : १२,
१३, १८,२७
राजाराम महाराज (युवराज) : १९

राधाबाई (उर्फ आक्कासाहेब) महाराज : १०
रामचंद्र प्रभावळकर : २७
लक्ष्मण रा. उर्फ वाळा पाटील : ५५
लोकमान्य (टिळक) : ४०,४५,४८,४९,
५३
लोकसंग्रह (नियतकालिक) : ५०,५३
वागळे (नायब दिवाण) : २१
विचारे (दाजीराव) : ७, १५
विष्णू टेंबूलकर : १३
व्हिक्टोरिया मराठा इन्स्टिटच्यूशन : ५, ८
शंकरराव जगताप : १८
शाहू महाराज (शाहू छत्रपती) : ४, ६, ९,
१०, १५ ते १९, २४, २६, ३०, ३५,
३७, ३९ ते ४३,४५,४८,४९, ५२ ते
५७, ६२, ६४, ६५, ६९, १००, १०१,
१०९, ११५

शाहू स्मारक : ६९,७०
शिव छत्रपती : ६,७
शिवाजी महाराज (प्रिन्स) : १८
शिवाजीराव होळकर : २१
श्रीधरपंत टिळक : ४८
संदेश वृत्तपत्र : ४९,५२
सकवारवाईसाहेब : २
सत्यसमाज (स.शो.) जलसा : ५४
सयाजीराव गायकवाड : १९
सिंक्लेअर (डॉ.) : २४,२६
सी. डब्ल्यू. एच. सीली : १०
सेनापती आक्कासाहेब महाराज : ५७
सैन (डॉ.) : २४, २६
सोवनी (वकील) : ४२,४३
हरिहर पंडित उर्फ बाळा महाराज : ११,१८

◆

राजर्षी शाहू छत्रपती : पत्रव्यवहार आणि कायदे । ११९

राजर्षी शाहू छत्रपतींच्या जीवनकार्यावरील लेखसंग्रह

राजर्षी शाहू छत्रपती

एक मागोवा

डॉ. जयसिंगराव भाऊसाहेब पवार

महाराष्ट्राच्या इतिहासावर अधिकार असलेले एक ज्येष्ठ इतिहाससंशोधक म्हणून डॉ. जयसिंगराव पवार यांची ख्याती आहे. मराठ्यांच्या इतिहासातील छत्रपती संभाजी, छत्रपती राजाराम व महाराणी ताराबाई या त्रयीची कारकीर्द व आधुनिक महाराष्ट्रातील म.फुले, राजर्षी शाहू व डॉ. आंबेडकर या त्रयीची कामगिरी हे त्यांचे खास संशोधनाचे विषय आहेत.

गेली चार दशके डॉ. पवार यांनी इतिहाससंशोधन व लेखन या कार्यास स्वतःला वाहून घेतले असून त्यांचे आजवर तीसहून अधिक इतिहासविषयक ग्रंथ, चाळीसहून अधिक शोधनिबंध प्रकाशित झाले आहेत. त्यांनी संपादित केलेला 'राजर्षी शाहू स्मारक ग्रंथ' हा त्रिखंडात्मक ग्रंथराज म्हणजे परिवर्तनशील महाराष्ट्राला त्यांनी अर्पण केलेला नजराणाच आहे.

डॉ. पवार यांनी कोल्हापुरात स्थापन केलेली 'महाराष्ट्र इतिहास प्रबोधिनी' ही द.महाराष्ट्रातील अग्रेसर इतिहास संस्था असून, तिच्या माध्यमातून त्यांचे इतिहाससंशोधन व समाजप्रबोधन हे कार्य सातत्याने चालू असते. त्यातून सामान्यांतही इतिहासाची जाण व रुची निर्माण करण्यात ते यशस्वी झाले आहेत.

प्रस्तुतचा ग्रंथ म्हणजे शाहू महाराजांसारख्या नितांत थोर समाजउद्धारकाच्या चरित्रास नवा आयाम देणाऱ्या लेखांचा संग्रह आहे.

www.ingramcontent.com/pod-product-compliance
Lightning Source LLC
LaVergne TN
LVHW090000230825
819400LV00031B/467
* 9 7 8 9 3 8 7 7 8 9 1 3 5 *